முக்கனி

கலைஞர் மு. கருணாநிதி

Title: Mukkani

Author: M. Karunanidhi

Language: Tamil

First Published on: 1984

Year of Publication: 2024

Book Format: Paperback

*Page Size: 6inch * 9inch*

Category: Essays

Subject: Political Essays

No. of pages: 52

ISBN: 978-81-996575-2-6

Published by: Nilan Publishers, Madurai, Tamilnadu, India

பொருளடக்கம்

குறிப்புகளுக்காக

இந்நூல்...

இளைஞர் சமுதாயத்திற்கு இன உணர்வையும் தன் மானத்தையும் ஊட்டி, நாட்டின் எதிர்கால நல்வாழ்வுக்கு வழிவகுக்கும் தலைவர் கலைஞர் அவர்களின் எழுத்தும் பேருரைகளும் நூல் வடிவில் வெளிவர கழக இளைஞர் அணி எடுத்துக்கொள்ளும் முயற்சியின் தொடர்ச்சியாக, 1984 பிப்ரவரி 15, 16 ஆகிய நாட்களில் புதுக்கோட்டை, தஞ்சை, பூண்டி ஆகிய இடங்களிலுள்ள கல்லூரிகளில் மாணவ மணிகளிடையே தலைவர் கலைஞர் ஆற்றிய பேருரைகள் முக்கனி' எனும் தலைப்பில் இந்நூல் வடிவில் வெளியிடப் படுகிறது.

தி.மு.க. இளைஞர் அணி

மா

[15-2-84 அன்று புதுக்கோட்டை மன்னர் கல்லூரியில் நடைபெற்ற முத்தமிழ் விழாவில் தலைவர் கலைஞர் ஆற்றிய பேருரை]

மன்னர் கல்லூரி பேரவையின் முத்தமிழ் விழாவின் நிறைவுநாளை இடையிலே சில நாட்கள் ஒத்தி போட வேண்டிய சூழ்நிலை எனக்கும் உங்களுக்கும் ஏற்பட்டு எவ்வளவு நாளானாலும் கவலையில்லை நான் வந்தே தீர வேண்டும் என்று நீங்கள் காட்டிய பேரார்வத்தின் காரண மாக இன்று மாலை இந்த கல்லூரிப் பேரவையின் முத் தமிழ் விழா நிறைவுநாளைக் கொண்டாடுகிற இனிய நிகழ்ச்சியில் கலந்து கொண்டிருக்கின்ற வாய்ப்பை நான் பெற்றிருக்கின்றேன்.

இங்கே என்னை அறிமுகம் செய்து உரையாற்றிய பேராசிரியர் கருப்பையா, தன்னை, எனது மாணவர் என்று அறிமுகம் செய்து கொண்டார். என்னை அறிமுகப்படுத் தச் சொன்னால் அவர் தன்னை அறிமுகப்படுத்திக் கொண்டார். அவர் தன்னை எனது மாணவர் என்று அறிமுகப்படுத்திக் கொண்டதன் காரணமாக அவர் சற்று உரிமையோடு நான் எழுதிய நூல்களில்-கட்டுரைகளில் உள்ள அச்சுப் பிழைகளை எடுத்துக் காட்டுகின்ற வாய்ப்பினை பெற்று எனக்குக் கடிதம் எழுதியதாகச் சொன்னாரே, அதைப்போல நானும் முதலில் அவர் இங்கே குறிப்பிட்ட பிழை ஒன்றை திருத்தக் கடமைப் பட்டிருக்கின்றேன். அவர் உரையாற்றும்போது "அறுபதாண்டுகளை முடிக்க நான் துடித்துக் கொண்டிருக்கிறேன்" என்று குறிப்பிட் அறுபதாவது ஆண்டு முடிந்து அறுபத்தியோ ஆண்டிலே நான் அடியெடுத்து வைக்கவிருக்கிறேன் என்பதைத்தான் அப்படிச் சொன்னார்.

வருகிற ஜூன் திங்கள் 3-ம் நாள் வந்தால்தான் எனக்கு அறுபது முடிந்து அறுபத்திஒன்று தொடங்குகிறது. அவர் என் னுடைய பிறந்த ஆண்டை குறிப்பிடும்போது 1923 என்று குறிப்பிட்டார். அப்படியானால் இப்பொழுதே அறுபது முடிந்து அறுபத்து ஒன்று நடந்து கொண்டிருக்க வேண்டும்.

எனவேதான் திருத்துவதற்காகச் சொல்கிறேன். நான் பிறந்தது 1923-ம் ஆண்டல்ல. 1924-ம் ஆண்டு என்பதை நான் அவருக்குத் தெரிவித்துக் கொள்கிறேன்.

நான் பிறந்த ஆண்டு தமிழ்நாட்டைப் பொறுத்த வரையிலே ஒரு சிக்கல் தீர்க்கப்பட்ட ஆண்டு. காவிரி பிரச்சினையில் சிக்கலை தீர்ப்பதற்காக தமிழக, கர்நாடக மாநில அரசுகள் கலந்து பேசி, காவிரி நதி நீர்ப் பங்கீட்டு ஒப்பந்தத்தை செய்து கொண்ட ஆண்டு 1924-ம் ஆண்டு. அந்த ஆண்டிலேதான் அடியேன் பிறந்தேன்.

ஆனால் அன்று தீர்க்கப்பட்ட சிக்கல் 1974க்குப் பிறகு மீண்டும் எழுகின்ற காரணத்தால், அது இன்னமும் தீர்க்கப்படாது இருக்கிறது என்பதையும் நான் சுட்டிக்காட்ட விரும்புகின்றேன்.

அறுபது ஆண்டுகளை முடித்துவிட்டு, விரைவிலே மணிவிழா கொண்டாட இருக்கின்ற என்னை இளம்பருவத்தினரான மாணவர்கள் ஆயிரக்கணக்கில் கூடியிருக்கின்ற இந்த கல்லூரி முத்தமிழ்ப்பேரவை விழாவில் அழைத்து சில கருத்துக்களை பரிமாறிக் கொள்ள வாய்ப் பினை வழங்கிய இந்தக் கல்லூரி முதல்வர் அவர்களுக்கும், பேராசிரியப் பெருமக்களுக்கும், மாணவ உடன்பிறப்பு களுக்கும், பேரவைத் தலைவருக்கும் என்னுடைய நன்றி யைத் தெரிவித்துக் கொள்கிறேன்.

நான் பெரியாருடைய பள்ளியிலே பயின்ற கதையையும், பேரறிஞர் அண்ணா அவர்களது கல்லூரியிலே கற்ற வரலாற்றையும், இன்றைக்குத் தமிழ்ச் சமுதாயத்தின் மேன்மைக்காக என்னால் இயன்ற தொண்டினை ஆற்றி

வருகின்ற நிகழ்ச்சிகளையும் பேராசிரியர் கருப்பையா இங்கு எடுத்துக்காட்டினார்.

அவர் என்னைப்பற்றி புகழ்ந்து பேசிய வார்த்தைகளுக்கு நான் கடமைப்பட்டவனாவேன். அவர் புகழ்ந்துரைத்த சொற்கள் அத்தனையும் எனக்குப் பொருத்தமானவை என்று நான் எண்ணினால் என்னை விட பைத்தியக்காரன் யாரும் இருக்க முடியாது.

ஒருவரை அழைத்து மாணவர்கள் மத்தியில்-பேச வேண்டும் என்று பணித்து, யாரை நாங்கள் அழைத்திருக்கிறோம் தெரியுமா? என்று மாணவர்களிடத்தில் அறிமுகப் படுத்துகிறபோது நாங்கள் அழைத்து வந்திருப்பது சொத்தை-சோடை என்று அவர்களே சொன்னால் பிறகு ஏன் அழைத்தீர்கள் என்று நீங்கள் கேட்கக்கூடும். அதனால்தான் இங்கே அறிமுகப் படுத்தப்படுகின்ற சரக்கு நல்ல சரக்கு; மிடுக்கான சரக்கு என்றுரைத்து தாங்கள் செய்த காரியம் சரியானதுதான் என்று நிரூபிப்பதற்காக இவற்றையெல்லாம் சொன்னார் என்று நான் எடுத்துக் கொண்டேனேயல்லாமல், அவர் நம்மைக் கொஞ்சமாகத் தானே புகழ்ந்தார், இன்னும் கொஞ்சம் அதிகமாகப் புகழ்ந்திருக்கவேண்டுமே என்று நான் எண்ணினால் அது மிகமிகத் தவறு. நான் அப்பேர்ப்பட்ட பள்ளியில் பயிலவில்லை என்பதை இங்கு எடுத்துக்காட்ட விரும்புகிறேன்.

இங்கு முத்தமிழ் விழா கொண்டாடிக் கொண்டிருக் கின்றோம். முத்தமிழ் விழா ஏன் கொண்டாடுகிறோம்? 'முத்தமிழ்' விழாமல் காப்பாற்றப்பட முத்தமிழ் விழா கொண்டாடுகிறோம். முத்தமிழ் வீழ்ந்திடுமோ என்றநிலை ஏன் அடிக்கடி ஏற்படுகிறது? நாம் எல்லோரும் தமிழர் களாக இருப்பதனால் ஏற்படுகிறது. மன்னிக்க வேண்டும்- நாம் தமிழர்களாக இருப்பதை உணராத காரணத்தால் ஏற்படுகிறது.

நாம் தமிழர்கள்; நம்முடைய மொழி தமிழ்மொழி. நாம் இந்த தமிழ் மண்ணுக்குச் சொந்தக்காரர்கள்; இந்த மண்ணின்

மைந்தர்கள்; தமிழ்த்தாயின் பிள்ளைகள் என்கின்ற உணர்வு நமக்கு அசைக்க முடியாத அளவிற்கு உறுதியாக நெஞ்சத்திலே பதிந்திருக்குமேயானால் தமிழ் விழக்கூடிய சூழ்நிலை ஏற்படுமா? என்ற கேள்விக் குறிக்கே இடமில்லை.

ஆனால் பல ஆண்டுகாலம் பெரியார் ஆற்றிய தொண்டும், பேரறிஞர் அண்ணா ஆற்றிய பணியும் நாவலர் சோமசுந்தர பாரதியாரைப் போன்றவர்கள், மறைமலையடிகளாரைப் போன்றவர்கள், தமிழ்த்தென்றல் திரு.வி.க. அவர்களைப் போன்றவர்கள் ஆற்றிய தமிழ்த் தொண்டும் தமிழை விழாமல் காப்பாற்ற நம்மால் இயன்ற பணியினைச் செய்வோம் என்கின்ற உறுதியை நம்மில் பெரும்பாலோர் பெற்றிடச் செய்துள்ளன! ஆனாலும் செயல்படுத்துகிற நேரத்தில்தான் தயக்கங்கள் ஏற்படுகின்றன. அந்தத் தயக்கங்களும் போக்கப்பட வேண்டும் என் பதற்கு இதுபோன்ற முத்தமிழ் விழாக்கள் பயன்படும் என்று நான் நம்புகின்றேன்.

ஒரு மொழியை மூன்று வகையாகப் பிரித்து ஒவ்வொரு வகைக்கும் இலக்கணம் வகுத்து வாழ்வு மொழி இரண்டையும் இணைத்து ஒரு சமுதாயம் உலகத்திலே முளைத்தது; பூத்தது; காய்த்தது; தழைத்தது என்று சொன்னால் நான் இறுமாப்போடு சொல்லுவேன்-அது தமிழ்ச் சமுதாயம் ஒன்றுதான்.

நமது தமிழ்மொழியைத்தான் நாம் முத்தமிழாகப் பிரித்துள்ளோம்; இயல் என்றும், இசை என்றும், கூத்து என்றும் மூன்று வகையாகப் பிரித்து பயன்படுத்துகிறோம். வேறு மொழிகளிலே இயல் இல்லையா? இசை இல்லையா? கூத்து இல்லையா? இருக்கின்றன. ஆனால் அதற்குரிய இலக்கணம் உண்டா என்றால் இல்லை. நாம்தான் அதற்குரிய இலக்கணத்தை வகுத்திருக்கிறோம்.

இயல் இசை கூத்து என்கின்ற முத்தமிழ்; மனிதவர்க் கத்தின் துவக்க காலத்தில் உலகத்திலே மனிதன் பிறந்து அப்படி பிறந்த மனிதனும் தமிழகம் என்று அழைக்கப்படுகின்ற

இந்தப் பகுதியிலே தான் பிறந்தான் என்று உலக நிலநூல் வரலாறு எடுத்து காட்டுகின்ற அளவுக்கு இந்தப் பகுதியிலே பிறந்து கொஞ்சம் கொஞ்சமாக நாக ரிகத்தைக் கற்று அதில் முன்னேறி முன்னேறி இன்றைக்கு விஞ்ஞான ரீதியான பெரும் வளர்ச்சியை பெற்றிருக்கிறான் என்றால் ஆதிமனிதன் கருத்துக்களை மொழியால் வெளி யிட முடியாமல் வார்த்தைகளால் எடுத்து இயம்ப முடியாமல் அபிநயங்களால்-பாவங்களால் தான் தன்னுடைய எண்ணங்களை வெளியிட வேண்டியிருந்தது.

ஒரு மனிதன் இன்னொரு மனிதனைக் காணுகிற நேரத் தில் தனது எண்ண வெளிப்பாடுகளை அவனுக்கு சுட்டிக் காட்டுகிற நேரத்தில் பேச அவன் கல்லாத காரணத்தால் - நாகரிகம் தோன்றாத அந்தக்காலத்தில் சைகைகள் மூலமாக, ஜாடைகள் மூலமாக கைகளை அசைத்து அபிநயம் காட்டுவது மூலமாக, கண்களை உருட்டி தன்னுடைய உணர்வுகளை வெளிப்படுத்துவதன் மூலமாக உணர்வு களைபரிமாறிக் கொண்டனர். எண்ணங்களை பரிமாறிக் கொள்ள பாவங்கள், அபிநயங்கள்தான் பயன்பட்டன.

தன்னுடைய எண்ணங்களை சைகைகளைக் கொண்டு அவன் காட்டியதும் அதை எதிரே இருப்பவர்கள் புரிந்து கொண்டு தாங்களும் அதே கையசைவால் அதற்கான விடையைப் பகர்வதுமான ஒரு காலகட்டம் இருந்தது. அப்படி அபிநயங்கள் செய்வதுதான் கூத்து. எனவே இந்த முத்தமிழில் முதலில் தோன்றியது கூத்துதான்.

அதற்குப்பிறகு இரண்டாவது இடத்தைப் பெற்றிருந்தது இசை. அபிநயங்கள் மூலமாக பாவங்கள் மூலமாக கருத்துக்களை ஒருவருக்கொருவர் வெளியிட்டுக் கொண்டிருந்த மனிதன் அதற்குப் பிறகு ஓசைகள் எழுப்புவதன் மூலமாக 'ஏ' என்றும் 'ஓ'என்றும் 'வா' என்றும் 'ஆ'என்றும் இப்படி ஓசைகளை இழுத்து இழுத்து ஒலித்த காரணத்தால் அது இசையாக உருப்பெற்றது.

கைகளால் அபிநயங்காட்டி கண்களால் பாவ உணர்வுகளை வெளிப்படுத்தி கூத்தாக இருந்த மொழி அதற்குப் பிறகு மனிதன் எழுப்பிய ஒலிக்குறிப்புகளால் இசையாக மாறிற்று. அதற்குப் பிறகு மூன்றாவது கட்டம் தான் நாம் படிக்கிற, எழுதுகிற உங்கள் முன் பேசிக் கொண்டிருக்கிற சொற்களடங்கிய இயல். ஆனால் இந்த இயல் மிக்க திறமையுடையது. முதலிலே முகிழ்த்த கூத்தையும் இரண்டாவதாக வந்த இசையையும் பின்னுக்குத் தள்ளிவிட்டு இது முதலிலே வந்து அமர்ந்து கொண்டது.

எப்போதுமே சில நேரங்களில் யாராவது ஏமாந்து விட்டால் ஏமாந்தவர்களை பின்னுக்குத் தள்ளி விட்டு முன்னர் வந்து அமர்ந்து கொள்வது உண்டல்லவா அது போல, இந்த இயல் முதலில் வந்து அமர்ந்து கொண்டது. இசை மிகுந்த கெட்டிக்காரத் தனமுடையது என்று சொல்ல முடியாவிட்டாலும் ஓரளவு கெட்டிக்காரத்தன முடையது என்ற கராணத்தால் முதல் இடத்திற்கும் செல்லாமல், கடைசியாகவும் செல்லாமல் இரண்டாவது இடத்திலேயே இருந்து கொண்டது. அது இசையின் திறமைக்கு ஒரு எடுத்துக்காட்டு.

அரசியலில் கூட பல பேரைப் பார்க்கிறோம். இரண்டாவது இடத்தை விடாமலே பிடித்துக்கொண்டிருப்பார் கள். (பலத்த சிரிப்பு; கை தட்டல்) நீண்ட சிந்தனைக்கு பின்னர் தான் புரிகிறது உங்களுக்கு!

இப்படி இயல், இசை, கூத்து என்று மொழியை மூன்றாகப் பிரித்து இலக்கணம் வகுத்து வாழ்ந்து காட்டியவன்- வாழ்ந்து கொண்டிருப்பவன் தமிழன். அந்த மொழியைக் கூட அவன் இனம் பிரித்தான். தன் இனத்தையே உணராமல் இருந்தாலும் கூட மொழிக்கு இனம் தேவை என்று உணர்ந்தான்.

'கசடதபற'-இந்த எழுத்துக் கோவையை வல்லினம் என்றான். 'ஙஞணநமன' என்ற எழுத்துக் கோவையை மெல்லினம் என்றான். 'யரலவழள' என்ற எழுத்துக்களின் கோவையை

இடையினம் என்றான். அதிலும் ஓர் அற்புதம் என்னவென்றால் இந்த மூன்று இனத்திலிருந்தும் ஒவ்வொரு எழுத்தை எடுத்து தன் னுடைய மொழிக்குப் பெயரே கொடுத்தான்.

'கசடதபற' இதிலுள்ள எழுத்துக்களில் ஒன்றான 'த' வை முதல் எழுத்தாக எடுத்துக் கொண்டான்.

'ஙஞணநமன' இதில் உள்ள 'ம'வை எடுத்து (மி) என ஆக்கி இரண்டாவது எழுத்தாக்கினான். 'யரலவழள' - இதில் உள்ள 'ழ'வை எடுத்து 'ழ்' எனப் போட்டு மூன்றாவது எழுத்தாக்கி 'தமிழ்' எனப் பெயரிட்டான்.

மூன்று என்பது எப்படியோ தமிழருடைய வாழ்க்கையில் பின்னிப் பிணைந்து விட்ட ஒன்றாக ஆகிவிட்டது. "முத்தமிழ், முக்கடல், முக்கொடி, மும்முரசு, மூவேந்தர்" நமது தமிழ்ச்சமுதாயத்தை விழிப்படையச் செய்த நமது தலைவர் 'அண்ணா' மூன்றெழுத்து, அந்த அண்ணன் தந்த தாரகமந்திரம் மூன்று-கடமை, கண்ணியம், கட்டுப்பாடு. இப்படி இயற்கையாகவே இந்த மூன்று என்பது நம்முடன் ஒன்றாக இணைந்து தொடர்ந்து வந்துகொண்டிருக்கிற நிலையில் முத்தமிழ் விழாவில் நான் பேசுவது எனக்கு கிடைத்த பெரும்பேறாகும்.

என்னைப்பற்றி அறிமுகம் செய்த போது 1938ஆம் ஆண்டை நம்முடைய பேராசிரியர் கருப்பையா அவர்கள் நினைவு கூர்ந்தார்கள். அதன் தொடர்பாக அண்மையில் ஒரு கேள்வித் தாள் குறித்து அவர்கள் இங்கே சுட்டிக் காட்டிய போது இந்தி எதிர்ப்பு காலக் கட்டத்தை அந்தக் கேள்வியிலே எடுத்துக் காட்டப்பட்டிருந்ததாக. வும், அதற்கு விடை எழுதிய மாணவர்கள் உண்மையான நிகழ்ச்சிகளை அதிலே எழுதியிருந்ததாகவும் அவர்கள் இங்கே கோடிட்டுக் காட்டினார்கள்.

1938ஆம் ஆண்டு பதினான்காவது வயதில் அடி யெடுத்து வைத்த பருவம் எனக்கு. அவர்கள் இங்கே சொன்னதைப்

போல புலி, வில், கயல் என்ற மூன்று சின்னங்களையும் ஒருசேர பொறித்து அதன் மத்தியிலே தாமரை மலரைப் பொறித்து தமிழ்க் கொடி என்ற நிலை யிலே அதைக் கையிலே ஏந்தி தமிழகத்திலே பல்வேறு வீதிகள் தோறும் தெருக்கள் தோறும் தமிழ் வாழ்க, இந்தி ஆதிக்கம் வீழ்க என்கிற குரல் ஒலித்துக் கொண் டிருந்த காலம் அந்தக் காலம். அந்தக் குரல் திருவாரூர் பள்ளியில் படித்துக் கொண்டிருந்த மாணவனாகிய என்னையும் இழுத்தது. இந்தி எதிர்ப்பு ஊர்வலத்திலே கலந்து கொள்கிற இளைஞர்கள் பட்டாளத்தில் இணைத்தது.

அதன் பிறகு தான் முதன்முதலாக திருவாரூரில் தமிழ்நாடு தமிழ் மாணவர் மன்றம் என்ற மன்றம் கண்டது. அப்போது தான் புரட்சிக்கவிஞர் அவர்களுக்கு ஒருமடல் தீட்டினேன். எங்கள் தமிழ்நாடு தமிழ் மாணவர் மன்றத்திற்கு ஆண்டு விழா; அதற்கு வாழ்த்து ஒன்று வழங்குக என்று அந்த மடல் வாயிலாக கேட்டிருந்தேன். இதைக் குறிப்பிடக் காரணம் மாணவர்கள் எந்த அளவிற்கு தமிழ் உணர்வும் இன உணர்வும் பெற்றுத் திகழ வேண்டுமென் பதற்கு அடையாளமாக என்னுடைய வாழ்க்கை நிகழ்ச்சியை உங்களுக்குச் சுட்டிக் காட்டத்தான். ஆனால் என்னுடைய வாழ்க்கை முழுவதையுமே நீங்கள் உங்க ளுக்கு வழிகாட்டியாக எடுத்துக்கொள்ளக் கூடாது. காரணம் அண்ணாவின் பேச்சைக் கேட்காமல் நான் என்னுடைய படிப்பை ஒழுங்காக முடிக்காதவன்.

உயர்நிலைப் பள்ளி படிப்போடு என்னுடைய கல்வியை முடித்துக் கொண்டவன். "ஓகோ, படிப்பை இப்படி கெடுத்துக் கொண்டால் நாமும் கலைஞர் ஆகலாம் போல் இருக்கிறது" என்று யாரும் கருதி விடக் கூடாது. இது விதிவிலக்கு; விதி விலக்குகள் எல்லாம் வாழ்க்கையில் வழிகாட்டிகளாக ஆகிவிட மாட்டா. அதனால் தான் அதற்கு விதி விலக்கு என்று பெயர். எனவே விதி விலக்கை வழிகாட்டியாக ஆக்கிக் கொள்ளக் கூடாது. ஆனால் இளம் பருவத்தில் நான் பெற்றிருந்த உணர்வுகளை நீங்கள் புரிந்து கொள்ள வேண்டும் என்பதற்காகச் சொல்லுகிறேன்.

இந்தி எதிர்ப்பு போராட்டத்தில் நான் வேகமாக ஈடு பட்டு அன்றைக்கு தமிழ்நாடு இந்த அளவு பரப்பளவு கொண்டது அல்ல. கேரளத்தில் சில பகுதிகளையும், ஆந்திரத்தில் பெரும்பகுதியையும், கர்நாடகத்தில் கணிச மான பகுதியையும் உள்ளடக்கிக் கொண்டிருந்தசென்னை ராஜதானி. சென்னை ராஜதானி என்ற காரணத்தால் அன்றைக்கு முதலமைச்சர் கிடையாது. பிரிமியர் என்று ஆங்கிலத்தில் கூறுவார்கள். வேறு வார்த்தைக் கிடைக்காததால் பிரதமர் என்று அதற்கு பொருள் கூறிக் கொண்டிருந்தார்கள்.. அன்றைக்கு அந்தப் பதவியில் இருந்தவர் மூதறிஞர் என்று நம்மால் அழைக்கப்பட்ட- இன்றைக்கும் அழைக்கப்படுகின்ற சக்கரவர்த்தி ராஜ கோபாலாச்சாரியார். அவர்தான் கட்டாய இந்தியை தமிழ் நாட்டுப் பள்ளிகூடங்களில் அன்றைக்குத் திணித்தார். சரித்திரத்தின் மாற்றங்களை நீங்கள் உணரவேண்டும்.

தமிழ்நாட்டுப் பள்ளிக் 38ஆம் ஆண்டு தமிழ்நாட்டுப் பள்ளிக் கூடங்களில் தமிழ் மாணவர்கள் கட்டாயமாக இந்தி படிக்க வேண்டு மென்று சட்டம் கொண்டு வந்த ராஜாஜி அவர்கள் 1963- 64 ஆண்டில் தலைகீழாக மாறி இந்தியை தமிழ்நாட்டில் அனுமதிக்கவே மாட்டேன் என்ற போராட்டத்தின் தள நாயகனாக மாறினார் என்பதை நீங்கள் மறந்து விடக் கூடாது.

ஆனால் அன்றைக்கு 38-39ஆம் ஆண்டுகளில் கட்டாய இந்தியைப் பள்ளி மாணவர்களுடைய நெஞ்சத்திலே சுமத்த முனைப்பாக ஈடுபட்டார். அப்போது தான் தமிழகமே ஆர்த்தெழுந்தது. காங்கிரஸ் தேசிய பேரியக்கத்திலே தன்னை ஒப்படைத்துக் கொண்ட பசுமலை நாவலர் சோமசுந்தர பாரதியார் அவர்களைப் போன்ற வர்கள் எல்லாம் கூட அந்தத் தேசிய இயக்கத்தை உதறி எறிந்து விட்டு தமிழ் மொழி பின்னர் தான் தேசியம்; என்னுடைய மொழிதான் முதலில்; அதை நான் காப்பாற்றித் தீரவேண்டுமென்று இந்தி ஆதிக்க எதிர்ப்பு இயக்கத்தில் தங்களை ஈடுபடுத்திக் கொண்டார்கள்.

ஆயிரத்திற்கும் மேற்பட்டோர் அன்றைக்கு சிறைச்சாலைகளை நிரப்பினார்கள். சென்னை சிறைச்சாலையில் தாள முத்து, நடராசன் என்ற இரண்டு வீரர்கள் தங்கள் உயிரையே இந்தியை எதிர்த்து தமிழ் வாழ்வதற்காக தத்தம் செய்தார்கள். அந்தக் காலக்கட்டத்தில் தான் அண்ணா அவர்கள் இந்தி எதிர்ப்புப் போராட்டத்தின் தளபதியாக பெரியார் அவர்களால் நியமிக்கப்பட்டு, சென்னை தொண்டைமண்டில உயர்நிலைப் பள்ளியின் வாசல்புறத் தில் மறியலில் ஈடுபட்டு, சிறைச்சாலையில் வைக்கப்பட்டார்கள்.

இந்தியத் திருநாட்டில் நாற்பதாண்டு கால மொழிப் போராட்டம் தமிழகத்தில் தொடர்ந்து நடைபெற்றது. இன்றைக்கும் நடைபெற்றுக் கொண்டிருக்கிறது. அதனுடைய உச்சக் கட்டம் மொழிப் புரட்சி. பேராசிரியர் கருப்பையா அவர்கள் குறிப்பிட்ட 1965 ஆம் ஆண்டு பாளையங்கோட்டை பற்றியெல்லாம் சொன்னார்களே அந்த நிகழ்ச்சிகள் எல்லாம் நடைபெற்ற ஆண்டு. 1965ல் நடைபெற்ற மொழிப் புரட்சியில் பல மாணவர்கள் தங்கள் இன்னுயிரை தமிழுக்காகத் தத்தம் செய்தார்கள்.

கீழப்பழூர் சின்னச்சாமியிலேயிருந்து தொடர்ந்து ஆறு பேர் தீக்குளித்து தங்கள் தேக்கு மரத் தேகங்களை தணலுக்கு இரையாக்கி தங்கள் உடல் வெடித்து சிதறிய போதும் தங்கள் கேசம் கருகிய போதும் முத்துப்பறகள் வெடித்த போதும் அயராமல் சடலம் தரையிலே சாய்கிற நேரத்திலும் கூட நாக்கை உறுதியாக்கிக் கொண்டு தமிழ் வாழ்க இந்தி ஆதிக்கம் ஒழிக என்று சொல்லிக் கொண்டே தான் அன்றைக்கு அவர்கள் உயிர் விட்டார்கள். அதன் விளைவு, நமக்கு இன்னும் முழுமையான வெற்றியாக கிடைக்காவிட்டாலும் அதன் விளைவாகத் தான் மத்திய அரசு சில வாக்குறுதிகளை இந்தி பேசாத மாநிலங்களுக்குத் தர வேண்டிய ஒரு சூழ்நிலை உருவாயிற்று. இந்திய துணைக் கண்டத்தின் பிரதமர் ஆசி யாவின் ஒளிவிளக்கு, பண்டித ஜவஹர்லால் நேரு அவர்கள் அளித்த உறுதி மொழி தான் இந்தி பேசாத மாநிலங்கள்

விரும்புகிற வரை ஆங்கிலம் நீடிக்கும் என்கிற உறுதி மொழி. ஏன் இந்தி மொழியை நாம் வேண்டா மென்று சொல்கிறோம்? அதுவும் ஒரு மொழி தானே, அதை ஏற்பதில் என்ன தயக்கம்? என்ன தடை? ஆங்கிலத்தை ஏற்றுக் கொள்ளவில்லையா? அது ஆயிரக்கணக்கான மைல்களுக்கு அப்பால் உள்ள அன்னியனின் மொழி அல்லவா? கடல் கடந்து வாழ்கிற அன்னியனு டைய மொழியை ஏற்றுக் கொள்கிற தமிழன் ஏன் இந்தியத் திரு நாட்டிற்குள் பேசப்படுகிற ஒரு மொழியை ஏற்றுக் கொள்ளக் கூடாது? கேள்வியை மேலெழுந்த வாரியாகப் பார்த்தால் நியாயமாகத் தான் தெரியும். கிட்டத்தட்ட இருநூறு ஆண்டுக்காலம் வெள்ளையன் இந்தியாவை ஆண்டான்.

அவனுடையமொழியை இந்திய மக்கள் ஏற்றுக் கொள்ள வேண்டிய தவிர்க்க முடியாத கட்டாயம் ஏற்பட்டது. அந்த ஆங்கில மொழியை இந்தி யாவில் இருக்கிற எல்லோரும் கற்றுக் கொண்டால் தான் -கற்றுக் கொண்டவர்களுக்குத்தான் வேலை வாய்ப்பு.

அரசாங்கத்தில் உத்தியோகங்கள். அது நிலைமை. அவன் வெளியேறிய பிறகு அவனோடு சேர்ந்து ஆங்கிலமும் வெளியேறிவிட்டால் இந்தியாவை ஆளக் கூடியவர்களில் பெரும்பான்மை இருக்கிற மக்கள் இந்தி பேசுகின்ற மக்கள். பெரும்பான்மையானவர்கள் இந்தி பேசுகிறவர்களாக இருந்து-சிறுபான்மையாக இருக்கிற மக்கள் இந்தி பேசாதவர்களாக தமிழர்களாக, தெலுங்கர்களாக, கன்னடியர்களாக, மலையாளிகளாக, வங்காளிகளாக இருக்கின்ற அந்த நேரத்தில்-இந்தியை தாய்மொழியாக கொண்ட மக்கள் அதை பள்ளிக்கூடத்தில் கற்கின்ற நேரத்தில் அது சுலபமாக ஆகிவிடுகிறது. எனவே அவர்களுக்கு தாய்மொழியும் இந்தி. அலுவல்களுக்கு அவர்கள் கற்க வேண்டிய மொழியும் இந்தி. ஆனால் நமக்கு தாய் மொழி தமிழ்; அலுவல்களுக்காக வேலைவாய்ப்பிற்காக கற்க வேண்டிய மொழி இந்தி என்று ஆகிவிடுமேயானால் இந்தியாவிற்குள்ளேயே நம்மை அறியாமலேயே நாம்

இரண்டாந்தர குடிமக்களாக ஆகி விடுகிறோம். இரண்டாந்தர குடிமக்களாக நாமாகி விடுகிற போது இயல்பாக முதல்தர குடிமக்களாக இந்தி பேசுகிறவர்கள் ஆகிவிடுகிறார்கள். இங்கே படையெடுக்காமலேயே ஒரு அந்நிய ஆதிக்கம் ஒவ்வொரு மாநிலத்தின் மீதும் சுமத்தப்படும். இரண்டாந்தர மக்களாக இந்தி பேசாத மக்கள் ஆகி விடக் கூடாது என்பது தான் நம்முடைய நோக்கம். இந்தி பேசுகிறவர்கள் தங்களுடைய மொழி, தாய் மொழி இந்தியாக இருக்கிற காரணத்தால் எளிதில் படிப்படியாக அவர்கள் மேலே உயர்வு பெற்று விடுவர். அதற்கு ஒரு சமரச உடன்பாடாகத் தான் 'உங்களுடைய மொழியை நீங்கள் தாய்மொழியாகப் படித்துக்கொள்ளுங்கள்; எங் களுடைய தமிழ்மொழியை எங்களுடைய தாய்மொழி யாகப் படித்துக் கொள்கிறோம். இரண்டு பேரும் பதவி களுக்குச்செல்ல -

"இரண்டு பேரும் உயர்நிலைக்கு செல்ல எங்களுக்கு இருக்கின்ற கஷ்டம் உங்களுக்கும் இருக்கத்தக்க விதத்தில் இரண்டு பேருக்கும் பொது மொழியாக ஆங்கிலம் நீடிக்கட்டும்." என்று நாம் கூறு கிறோம்.

இதைத் தான் பெரியார், அண்ணா மாத்திரமல்ல; மூதறிஞர் ராஜாஜி அவர்களும் தன்னுடைய இறுதிக் காலம் வரை சொல்லி வந்தார்கள். தொடக்கத்தில் இந்தி கட்டாயமாக ஆக்கப்பட வேண்டும் என்ற கருத்தைச் சொன்னார் என்றாலும், அவருடைய கடைசிக் காலத்தில் நான் இப்போது எடுத்துச் சொன்ன அந்தக் கருத்தைத் தான் அழுத்தந்திருத்தமாகச்சொன்னார். ஆங்கிலம் நீடிக்க வேண்டும் என்றகருத்தைத்தான் அவர் சொன்னார். ஆங்கிலம் நீடிப்பதில்கூட *"English may continue"* என்றுபோடுவதா? *"English shall continue"* என்றுபோடுவதா? என்ற சர்ச்சை எழுந்த போது நேரு சொன்னார். இந்தி வெறியர் களின் தூண்டுதல் அவருக்குப் பின்னால் இருந்து வலி யுறுத்திய காரணத்தால் அவர் *"English shall continue"* என்று தேவையில்லை *"May"* என்றே இருக்கட்டும் என்று சொன்னார். உடனே ராஜாஜியும், பெரியாரும், அண்ணா அவர்களும் இந்தி ஆதிக்க

எதிர்ப்பாளர்களும், இல்லை, இல்லை, *'Shall continue"* என்றுதான் இருக்க வேண்டும்; ஆங்கிலம் கட்டாயம் நீடித்தே தீர வேண்டும் என்று இருக்க வேண்டுமே தவிர, ஆங்கிலம் நீடிக்க லாம் *"May continue"* என்று இருக்கக் கூடாது என்று சொன்ன போது நேரு அவர்கள் *"May"* என்றாலும் *'Shall'* என்றாலும் ஒன்றுதான் என்று சொன்னார், பட் டென்று இராஜாஜி அதற்குபதிலளித்தார். அப்படியானால் *"Shall"* என்றே போட்டு விடுங்கள் என்று சொன்னார்.

இவைகள் எல்லாம் இந்தி ஆதிக்க எதிர்ப்பு மொழிப் போராட்டத்தினுடைய கடந்த கால வரலாற்று நிகழ்ச்சிகள். இவைகளை நாம் திரும்பத் திரும்பச் சொல்லக் காரணம் என் எதிரே அமர்ந்து கொண்டிருக்கின்ற ஆயிரக்கணக்காண மாணவ மணிகள் இந்த வரலாறுகளை உணர்ந்திருக்க முடியாது. இத்தகைய வரலாற்றுக்குச் சொந்தக்காரர்கள் நாம். இந்த வரலாற்றில் அங்கங்கள் நாம். அங்கங்களாக இருந்து அணிவகுத்தவர்கள்; அடக்கு முறைகளுக்கு உள்ளானவர்கள், சிறைச்சாலை களுக்குச் சென்றவர்கள் நாம். அவர்களில் சிலர் இந்த மேடையில் கூட அமர்ந்திருக்கிறார்கள்.

ஒரு இயக்கத்தைக் கட்டிக் காக்கின்றவர்கள் நான் அரசியல் ரீதியாகச் சொல்லவில்லை. இப்படிப்பட்ட வர லாற்றை உருவாககியவர்கள்- அதை மக்கள் மத்தியில் அடிக்கடி எடுத்துச் சொல்ல வேண்டிய அவசியம் ஏற் படுகிறது. இல்லாவிட்டால் பழையது மறந்து போய் புதிய புதிய கருத்துக்கள் சொல்லப்பட்டு இருந்தவர்களை வந்தவர்கள் இழித்துக் கூறி தியாகம் மதிக்கப்படாமல்

போய் நாட்டில் நினைவுபடுத்த வேண்டிய பல கருத்துக்கள் மங்கி மறைந்து நாடு காடாக மாறிவிடும். அதனால் தான் ஒரு நாட்டில் வரலாறு மிகவும் முக்கியம். தமிழ னுடைய துரதிருஷ்டம் பண்டைக் காலத்தில் பழம்பெரும் காலத்தில் தமிழன் இலக்கியங்களை படைத்தான். காவியங்களைப் படைத்தான். காப்பியங்களை படைத்தான். ஆனால் வரலாற்றைப் படைக்கவில்லை. வரலாற்று நூல் தமிழனுக்கு

இல்லை. நம்முடைய வரலாற்றைப் புரிந்து கொள்ள வேண்டுமேயானால் இலக்கியங்களைப் படித்துத் தான் நம்முடைய வரலாற்றைப் புரிந்து கொள்ள வேண்டும்.

காவா நாவிற் கனகனும் விசயனும்
விருந்தின் மன்னர் தம்மொடு கூடி
அருந்தமிழ் ஆற்றல் அறிந்திலராகி செப்பிய
மொழிகளைச் சேரனுக்கு உணர்த்தினான் ஒருவன்!

அது கேட்டு சேரன் செங்குட்டுவன் வடபுலம் வரையிலே படையெடுத்தான். குயிலாலுவம் என்ற இடத்தில் கனகன் விஜயன் என்ற ஆரிய மன்னர்களை முறியடித்தான். அவர் களுடைய தலையிலே இமயத்திலிருந்து கொண்டுவரப் பட்ட கற்களை ஏற்றினான். அதை வஞ்சி மூதூர் வரை கொண்டு வந்தான். கண்ணகிக்கு சிலை எடுத்தான் என்பது வரலாற்று நூலிலே காணப்படுகிற செய்தி அல்ல. சிலப் பதிக கார இலக்கியத்திலே காணப்படுகிறசெய்தி. இப்படி இலக்கியங்களைப் புரட்டிப் பார்த்து அதற்குள் ஒளிந்து கொண்டிருக்கின்ற குறிப்புகளை தொகுத்து தமிழன் வரலாற்றை உணர்ந்து கொள்ள வேண்டிய அவசியத்திற்கு ஆளாகிவிட்டான் அந்தக் காரணத்தால் தான்-

அண்ணாமலைப் பல்கலைக்கழகத்தில் ஒருகாலத்தில் "ஏ! தாழ்ந்த தமிழகமே!' எனும் தலைப்பில் உரையாற்றிய அறிஞர் அண்ணா "இந்தியாவின் வரலாறு காவிரிக்கரையிலிருந்து ஆரம்பமாக வேண்டுமே தவிர கங்கைக்கரையிலிருந்து தொடங்கப்படக்கூடாது. ஏனென்றால் வரலாற்றுக்குத் தொடக்ககாலச் சொந்தக்காரன் காவிரிக் கரையில் தான் வாழ்கின்றான்" என்று குறிப்பிட்டார்.

அண்ணா மாத்திரமல்ல; மனோன்மணீயம் ஆக்கித் தந்த பேராசிரியர் சுந்தரம் பிள்ளை அவர்களும், அதே கருத்தைத்தான் சொல்லியிருக்கின்றார்.

"காவிரிக்கரை தான் நாகரிகத்திற்கு-பண்பாட்டிற்கு-கலாச்சாரத்திற்கு- அன்றைக்கு முதலிடமாக இருந்தது. எனவே

இந்தியாவின் வரலாறு காவிரிக்கரையிலிருந்து எழுதப்பட்டிருக்க வேண்டுமேயல்லாமல் கங்கைக்கரையிலிருந்து எழுதப் படக்கூடாது" என்று கூறியிருக்கின்றார்.

வரலாறு இல்லாத காரணத்தால் எத்தனையோ கடந்த காலச் சம்பவங்கள் மறைந்துவிட்டன. நல்ல காலமாக இலக்கியங்களாவது காப்பாற்றப்பட்டன. இலக்கியங் களும், காப்பியங்களும் காப்பாற்றப்பட்ட காரணத்தால் தமிழருடைய வரலாற்றை சிறுசிறு குறிப்புக்களாக நம்மால் உணர்ந்து கொள்ள முடிந்தது.

அந்த இலக்கியங்கள் வீரத்தைத் தருகின்ற இலக்கியங்கள். காதலைச் சொல்லுகின்ற இலக்கியங்கள். இப்படி பல இலக்கியங்கள் நமக்கு உண்டு. அதிலே சங்க இலக்கியம் நம்முடைய பழம் பெரும் நாகரிகத்தை-வரலாற்றை எடுத்தியம்புகின்ற இலக்கியமாகும்.

சங்க இலக்கியத்திலே புறநானூற்றில் வருகின்ற ஒரு பாடல். அந்தப் பாடல் தமிழன் எவ்வளவு பெரியவாழ்க் கைச் சித்தாந்தத்தை-வாழ்க்கை தத்துவத்தை அவனுக் காக மாத்திரமல்ல, இந்த உலகத்திற்காகச் சொன்னான்; எப்படிப்பட்ட வாழ்க்கை தத்துவத்தைக் கடைப்பிடித் தான் என்பதை எடுத்துக்காட்டுகின்ற பாடலாகும்.

கணியன் பூங்குன்றனார் எழுதிய அந்தப் பாடல்

"யாதும் ஊரே யாவருங் கேளிர்
தீதும் நன்றும் பிறர்தர வாரா
நோதலும் தணிதலும் அவற்றோ ரன்ன
சாதலும் புதுவ தன்றே வாழ்தல்
இனிதென மகிழ்ந்தன்றும் இலமே
முனிவின் இன்னா தென்றலும் இலமே...?"

"எல்லாம் நமது ஊர்; எல்லோரும் நமது உறவினர்; தீமையும் நன்மையும் பிறரால் நமக்கு இழைக்கப்படுவ தல்ல! தீமை

பகைவனால் உண்டாக்கப்பட்டது என்று கருதவேண்டாம். நன்மை நண்பரால் தரப்படுவது என்று கருத வேண்டாம். அந்த இரண்டிற்கும் காரணம் நாமே தான். துன்பம் ஏற்படுவதும் அந்தத் துன்பம் அகலுவதும் அதைப் போல சாவதும் புதுமையல்ல. வாழ்க்கை இனிமையான தென்று மகிழவும்கூடாது. அதே நேரத்தில் என்ன வாழ்க்கை இது என்று அதை வெறுத்துவிடவும் கூடாது.'

இப்படி வாழ்க்கைக்குத் தத்துவம் வகுத்துக்கொண்டு வாழ்ந்தவன் தமிழன்.

அப்பேற்பட்ட நமது தாய்மொழியாம் தமிழுக்கு ஆபத்து வந்த நேரத்தில் அதைக் காப்பாற்ற- அதற்கு அரணாக இருக்க தமிழகத்திலே ஒரு பேரியக்கம் உரு வாயிற்று. அந்தப் பேரியக்கத்தில் ஒரு சிறு துளி தான் உங்கள் முன்னால் அறிமுகப்படுத்தப்பட்ட இந்த கருணாநிதி!

நான் தமிழை முழுமையாக உணர்ந்தவன்: முற்றாக உணர்ந்தவன் என்றெல்லாம் பேராசிரியர் கருப்பையா இங்கு பேசினார். அதுவும் நான் முழுமையாக உணர வேண்டும் என்பதற்காகச் சொல்லப்பட்ட வார்த்தைகளே யன்றி வேறல்ல!

இன்னும் நான் இருக்கின்ற காலம் எவ்வளவோ எனக்குத் தெரியாது. ஒரு மனிதனுடைய வாழ்க்கையில் அறுபது ஆண்டுகள் என்பது கிட்டத்தட்ட இன்றுள்ள மனிதனின் சராசரி வயதைப் பொறுத்து முக்கால்பகுதி முடிந்துவிட்டதைத்தான் குறிக்கும். மீதம் உள்ள கால் பகுதியில் உங்களுக்கு நான் என்ன தொண்டாற்றப் போகிறேன் என்பதை விட என்ன தொண்டுக்கு நீங்கள் என்னை பயன்படுத்திக் கொள்ளப் போகிறீர்கள் என்பது தான் முக்கியமான கேள்வி எனக் கூறி இத்துடன் என் உரையை நிறைவு செய்கிறேன்.

பலா

[16-2-84 அன்று தஞ்சை பூண்டி புஷ்பம் கல்லூரியில் நடைபெற்ற புரட்சிக்கவிஞர் விழாவில் தலைவர் கலைஞர் ஆற்றிய உரை]

புரட்சிக் கவிஞர் பாரதிதாசனுடைய விழாவை மிகச் சீரோடும் சிறப்போடும் நடத்த வேண்டும் என்ற எண்ணம் கொண்டு அந்த விழாவில் நானும் கலந்து கொண்டு அன்பு உள்ளங்களையெல்லாம் சந்திக்கின்ற வாய்ப்பினை எனக்கு வழங்கிய கல்லூரிப் பேரவையினுடைய அனைத்து மன்றங்களுக்கும் நன்றியையும் வணக்கத்தையும் தெரிவித்துக் கொள்கிறேன்.

நேற்று புதுக்கோட்டை மாமன்னர் கல்லூரியில் பல் லாயிரக்கணக்கிலே குழுமியிருந்த மாணவ உடன்பிறப்பு களுக்கு மத்தியில் சற்றொப்ப ஒரு மணி நேரத்துக்கு மேலாக முத்தமிழ் விழாவிலே கலந்து கொண்டு பேசுகின்ற வாய்ப்பினைப் பெற்றிருந்தேன். அங்கும் காலையிலே இருந்து மழை பொழிந்தது என்றாலும் நிகழ்ச்சிக்கு இடையூறு இல்லாமல் மழை ஒத்துழைப்புக் கொடுத்தது. ஆனால் தஞ்சை மாவட்டத்திலே காலையிலே இருந்து இதுவரையிலே அந்த ஒத்துழைப்பு நமக்கு கிடைக்காமல் அடாது மழை பொழிந்தாலும் விடாது இந்த விழா நடைபெறும் என்கின்ற மாணவர்களுடைய பிடிவாதத்தோடு இங்கே நடைபெற்றுக் கொண்டிருக்கின்றது.

இது போன்ற சிறப்புக்கூட்டங்களுக்கு ஏற்பாடு செய் யப்பட்டுள்ள இந்தக் கல்லூரியினுடைய கூடம் இன்றைய விழாவிற்கு இடம் போதாது என்கின்ற காரணத்தினால் நாம் வெளியிலே இந்த நிகழ்ச்சியை நடத்திக்

கொண்டிருக்கின்றோம். இது போலத்தான் பல கல்லூரிகளில் நான் கலந்து கொள்கின்ற நிகழ்ச்சிகள் கல்லூரிக்கு உள்ளே இருக்கின்ற கூடங்களில் நடைபெற முடியாமல் வெளியிலேயே நடைபெறுகின்றன. ஒருவேளை நான் கல்லூரி காணாதவன் என்கின்ற காரணத்தினால் எனக்குக் கல்லூரி கூடங்களில் இடம் கிடைக்காமல் உள்ளே வந்தாலும் வெளியே இரு என்பதைப் போல இந்த வெளி மைதானங்களிலே விழாக்கள் நடைபெறுகின்றன போலும்!

இருப்பினும் மேலே மழைத்துளிகள் உங்களை நனைத் துக் கொண்டிருக்கின்ற போதிலும் தரை ஈரமாக இருக்கின்ற நிலையிலும் இந்த விழா சிறப்புற அமையவேண்டும் என்பதற்காக அமைதியோடு ஆயிரக்கணக்கானோர் கலந்து கொண்டிருப்பதைக் காண நான் மிகுந்த மகிழ்ச்சி யடைகிறேன்.

கல்லூரி முதல்வர் அவர்கள் ஒன்றை எனக்குக் தனியாகக் கோடிட்டுக் காட்டினார்கள். இந்தக் கல்லுரியிலே பயிலுகின்ற மாணவர்கள் மிகப் பெரும்பாலும் விவசாயப் பெருங்குடி மக்களிலிருந்து வந்திருப்பவர்கள். அவர்களுடைய குடும்பத்தில் இவர்களைத்தவிர இதுவரை யிலே மேற்படிப்பு படித்தவர்கள் இல்லை. அப்படிப் பட்டவர்கள் இன்றைக்கு இந்தக் கல்லூரியிலே பயிலுகிறார்கள் என்று குறிப்பிட்டார்கள்.

இந்த நிலை எப்படி வந்தது; எப்போது வந்தது என்பதை நாம் சிந்தித்துப் பார்க்க வேண்டும்.

கடந்த ஐம்பது அல்லது அறுபது ஆண்டுகளுக்கு முன்பு விவசாயப் பெருங்குடி மக்களுடைய சமுதாயத் திலேயிருந்து கல்லூரிப் படிப்பல்ல; பள்ளிக்கூடப் படிப்பே கூட நாடாத - நாடினாலும் அவர்களை பயில விடாத சூழ்நிலை இருந்தது. அந்தச் சூழ்நிலையை மாற்றி அமைத்து பின்தங்கிய நிலையிலே பிற்படுத்தப்பட்ட நிலையிலே கிராமப்பகுதிகளிலே வாழ்கின்ற மக்களைக் கல்வி

அறிவுள்ளவர்களாகவும் அவர்களுடைய உரிமைகளைப் பெறக்கூடியவர்களாகவும் அதற்கென இட ஒதுக்கீடுகள் அவர்களுக்குத் தரப்பட வேண்டும் என்கின்ற போர்க் கொடியை உயர்த்தி அந்தப் போரிலே கண்ட வெற்றியின் விளைவுதான் இன்றைக்கு கல்லூரி முதல்வர் அவர்கள் இங்கு எடுத்துக் காட்டியதைப் போல் பெரும்பான்மையான விவசாயக் குடும்பத்தைச் சேர்ந்த மாணவர்கள் பயிலுகிறார்கள் என்ற இனிப்பான செய்தியாகும்.

ஆனால் இந்த இனிப்பான செய்தியைக் கேட்க கடந்த அறுபதாண்டுக் காலத்திலே எத்தனை எதிர்ப்புக்களை தாங்க வேண்டியிருந்தது. எவ்வளவு சங்கடங்களைச் சமாளிக்க வேண்டியிருந்தது என்பதையெல்லாம் நாம் சிந்திப்பதில்லை. இளைய தலைமுறையைச் சோந்தவர்கள் கடந்த கால வரலாற்றை இன்னும் சற்று உன்னிப்பாகப் படித்து அறிந்து கொள்ள வேண்டியது இன்றியமையாத ஒன்றாகும்.

நிகழ்காலம், எதிர்காலம் இரண்டையும் பற்றி சிந்திக்கின்ற நாம் கடந்த காலம் எப்படி இருந்தது என்பதை உணர்ந்தால்தான் எதிர்காலம் எப்படி அமைய வேண்டும் என்ற கணக்கைச் சரியாகப் போடமுடியும்.

கல்லூரி முதல்வர் குறிப்பிட்டதைப்போல கடந்த காலத்திலே படிக்க இயலாதது மாத்திரமல்ல; படிக்கக் கூடாது என்று தடுக்கப்பட்டிருந்தோம்; படிப்பது பாபம் என்று பயமுறுத்தப்பட்டிருந்தோம்; படித்தால் ஏறாது என் றெல்லாம் ஆரூடம் சொல்லப்பட்டு புறக்கணிக்கப்பட்டிருந்தோம்.

அந்த நிலைகளையெல்லாம் மாற்றுகின்ற ஒரு தலைகீழ்ப் புரட்சியை இந்த சமுதாயத்திலே செய்து காட்டியவர்கள் மறைந்துவிட்டார்கள் என்றாலும் அவர்களை இதுபோன்ற நேரங்களில் நினைவுகூர வேண்டியது நம்முடைய தலையாய கடமையாகும்.

தந்தை பெரியார் அவர்களும் பேரறிஞர் அண்ணா அவர்களும், அவர்களுக்கு முன்பேகூட நீதிக்கட்சியை உருவாக்கி

பிற்படுத்தப்பட்ட, தாழ்த்தப்பட்ட சமுதாயத்திற்காகவென்றே கொள்கைகளை வகுத்துக்கொண்டு-- திட்டங்களை வகுத்துக்கொண்டு பாடுபட்டவர்களும், இன்னும் சுட்டிக்காட்டிச் சொல்ல வேண்டுமேயானால் நீதிக்கட்சியினுடைய அமைச்சரவையிலே அமைச்சராக இருந்த சீர்காழி முத்தையா முதலியார் போன்றவர்களும் அன்றைக்கு எடுத்த முயற்சி- தியாகராயர் போன்றவர்கள் அன்றைக்குக் கொண்டிருந்த அந்த எண்ணம் - அதுதான் இன்றைக்கு இப்படிப்பட்ட பயனை அளித்திருக்கிறது. என்று சொன்னால் வரலாற்றை உணர்ந்தவர்கள் நிச்சயமாக அதை மறுக்க முடியாது.

இந்த நிலையை நம்முடைய சமுதாய மக்கள் எய்த வேண்டும். எய்தினால்தான் ஏற்றமிகு பொற்காலம் தமிழகத்திலே அமையும் என்ற அடிப்படையில் வந்தவர்; வந்தவர் மாத்திரமல்ல; தன்னுடைய ஆற்றலை, அதற்காகத் தந்தவர்- புரட்சிக்கவிஞர் பாரதிதாசன். அந்த பாரதிதாசனுடைய விழாவை 'பாவேந்தர் பாரதிதாசன் விழா' என்ற தலைப்பிலே இங்கே கொண்டாடுகிறீர்கள் என் றாலும் அவருடைய கவிதைகளால் இந்த நாட்டுக்கு அவர் அறிமுகப்படுத்தப்பட்ட போது 'புரட்சிக் கவிஞர்' என்றுதான் அறிமுகப் படுத்தப்பட்டார். அவருடைய கவிஞர் என்கின்ற பெயருக்கு முன்னால் அடைமொழியாக இன்றைக்கு இடம் பெற்றிருக்கின்ற அந்தப் புரட்சி என்பது உண்மையிலேயே 'புரட்சி'. அந்த புரட்சி சமுதாயத்திலே ஒரு தலைகீழ் மாற்றத்தை — பொருளாதாரத் துறையிலே ஒரு உண்மையான சமதர் மத்தை - அறிவியல் துறையில் நல்ல பகுத்தறிவு எழுச் சியை உண்டாக்குவதற்காக நடத்தப்பட்ட புரட்சியாகும். அந்தக் காரணத்தினாலேதான் அவர் 'புரட்சிக் கவிஞர்' என அழைக்கப்பட்டார்.

அவர் புரட்சிக்கவிஞராக ஆவதற்கு முன்பு அவருடைய தொடக்க காலக் கவிதைகள் எதை நோக்கிச் சென்றன; எதற்காக புனையப்பட்டன? இவற்றையும் நாம் தெரிந்து கொள்ள வேண்டியது அவசியம்.

கனகசுப்புரத்தினம் என்பதுதான் அவருடைய இயற்பெயர். கனகசுப்புரத்தினம் பாரதிதாசனாக ஆனார். பாரதியாரைச் சந்தித்த பிறகு, புதுவை மாநகரததிலே விடுதலை இயக்கத்தினுடைய வீறுகொள் கவியான- வெள்ளைக் கார ஏகாதிபத்தியத்தை எதிர்த்த வேங்கையான சுப்பிர மணிய பாரதியார் புதுவைக் கடற்கரையிலே அமர்ந்து கவிதைகளை எழுதிக் குவித்தபோது அவருக்கு அறிமுகமான ஓர் ஆசிரியப் பெருமகன் தான் கனகசுப்புரத்தினம்.

கனகசுப்புரத்தினம் ஆரம்பத்திலே எழுதிய கவிதைகள் 'சுப்பிரமணியர் துதியமுது'; 'கதர்ப்பாட்டு'!

இப்படி சுப்பிரமணியர் துதியமுதும், கதர்ப்பாட்டும் எழுதி அறிமுகமான கனகசுப்புரத்தினத்தை 1908 அல்லது 1909ல் பாரதியார் சந்திக்க நேருகிறது. அந்த சந்திப்பு வரலாற்றிலே இரண்டு வகையாகக் குறிக்கப்படுகிறது.

ஒரு திருமணவீட்டிலே இருவரும் சந்தித்தார்கள் என்று பேசப்படுகிறது. அல்லது ஒருவரை ஒருவர் பார்க்க வேண்டும் என்று திட்டமிட்டு சந்தித்தார்கள் என்றும் பேசப்படுகிறது. எந்த நிலையிலே அந்தச் சந்திப்பு நிகழ்ந்தாலும்கூட சந்தித்த கட்டத்திலேதான் கவி எழுதுகின்ற ஆற்றல் படைத்தவர் என்று கனகசுப்புரத்தினம் - பாரதிதாசன், பாரதியாரிடத்திலே சொன்ன போது 'அப்படியானால் இப்பொழுதே ஒருகவிதை பாடிக் காட்டு பார்க்கலாம்!" என்று பாரதியார் கேட்டார்;

"எங்கெங்கு காணினும் சக்தியடா!- தம்பி
ஏழுக் கடல் அவள் வண்ணமடா!"

என்று உடனடியாகப் பாடினார் கனகசுப்புரத்தினம்- பாரதிதாசன்.

அன்றைக்கு தேசிய விடுதலை இதழாக நடைபெற்றுக் கொண்டிருந்த 'சுதேசமித்திரன்' பத்திரிகைக்கு பாரதியார் அந்தப் பாடலை அனுப்பி வெளியிடச் சொன்னார். அது மாத்திரமல்ல, அதை மொழிபெயர்க்கச் சொல்லிச் சில

ஆங்கில ஏடுகளிலும் அந்தக் கவிதை வெளிவர வேண்டும் என்று விரும்பினார்; அவ்வாறே செய்தார்.

அதற்குப் பிறகு கனகசுப்புரத்தினம் பாரதியாருடைய மாணவனாகவே தன்னை ஆக்கிக்கொண்டு 'பாரதிதாசன்' என்கிற பெயர் பூண்டார்.

'தமிழ் இயக்கம்' என்கிற பாரதிதாசனுடைய ஒப்புயர்வற்ற நூலில் தனித் தமிழுக்காக வாதாடுகின்ற பாரதிதாசன் 'பாரதி' என்கின்ற வடமொழி சொல்லையும், 'தாசன்' என்ற வடமொழிச் சொல்லையும் இணைத்து- பாரதிக்குத் தாசன்-- பாரதிதாசன் என்று பெயர் பூண்டது வியப்புத்தான்! இருந்தாலும் தன் ஆசிரியனிடத்திலே ஒரு மாணவன் காட்ட வேண்டிய அந்த மரியாதைக்காக அவர் தமது இறுதிக் காலம் வரையிலே பாரதிதாசனாகவே இருந்தார்.

அதுமாத்திரம் அல்ல; தன்னுடைய குரு பாரதியாரைப் பற்றி பாரதிதாசன் பாடுகிறார்,

"நீடுதுயில் நீக்கப் பாடி வந்த நிலா காடு
கமழும் கற்பூரச் சொற்கோ"

தன்னுடைய குருவைப்பற்றி-பாரதியாரைப்பற்றி-பாரதிதாசன் பாடிய பாடல் வரிகளில் இரண்டு வரிகள் இவை.

இப்படி நூற்றுக்கணக்கான வரிகள் பாரதியாரைப் பற்றி அவர் பாடியிருக்கிறார்.

குருவாக ஏற்றுக் கொண்டார்-கவிதை அளவிலே குருவாக ஏற்றுக் கொண்டாரே அல்லாமல் காலப் போக்கில், கொள்கை அளவில்-கருத்தில் -மாறுபாடு கொண்டார். கருத்து மாறுபாடு, கொள்கை மாறுபாடு கொண்ட போதும் குரு என்கின்ற இடத்திலே பாரதியாரை அவர் மதிக்கத் தவறியதில்லை.

பாரதியாரும் ஒரு சீர்திருத்தக்காரர். ஒரு புதுமைக் கவிஞர் அவர்.

அந்தப் புதுமைக் கவிஞர் பாரதியார் நாட்டிலே ஜாதி பேதத்தை ஒழிக்க வேண்டும் என்பதற்காக புதுவையிலே ஒரு அற்புதத்தை செய்து காட்டினார்.

கனகலிங்கம் என்கின்ற ஒரு அரிசன மாணவனை அழைத்து, அவனைத் தன் வீட்டு கூடத்திலே உட்கார வைத்து, வேறு ஐந்தாறு புரோகிதர்களையும் பிடிவாதம். செய்து அழைத்து வந்து, அந்த கனகலிங்கம் என்கின்ற அரிசன மாணவனுக்கு பூணூல் போட்டு-ஆகம விதி களின்படி ஓத வேண்டிய வேதங்களெல்லாம் ஓதப்பட்டு உச்சரிக்கப்பட வேண்டிய மந்திரங்கள் எல்லாம் சரிக்கப்பட்டு பூணூல் போடப்படுமேயானால், ஒரு அரிசன சிறுவனும் பிராமணனாக முடியும் என்று சுப்பிரமணிய பாரதியார் புதுவையிலே உள்ளவர்களுக்கு எடுத்துக் காட்டி, கனகலிங்கம் என்ற அந்த அரிசன மாணவனை அன்றைக்கு பிராமண மாணவனாக ஆக்கிக் காட்டினார்.

இது பாரதியார் தன்னுடைய காலத்திலே செய்ய முடிந்த புதுமை. சொல்லப் போனால் அந்தக் காலத்துப் புரட்சி என்றும் சொல்லலாம்.

நான் எண்ணுவதெல்லாம் இவ்வளவு கஷ்டப்பட்டு ஒரு அரிசன மாணவனைப் பிடித்து அவனுக்கு பூணூலை மாட்டி, அவனைப் பிராமணனாக ஆக்குவதை விட நூற்றுக்கு மூன்று பேராக இருக்கின்றவர்கள் - நூற்றுக்குத் தொண்ணூற்று ஏழு பேரைப்பிடித்து நீங்களும் பிராமணர்களாக ஆகுங்கள் என்று அவர்களுக்குப் பூணூலைப் போடுவதை விட, மூன்று பேரும் பூணூலைக் கழற்றிவிட் டால் நூறு பேரும் சமம்! இது இந்தக் காலத்து சிந்தனை. அந்தக் காலத்திலே பாரதியாருடைய சிந்தனை, புரட்சிகரமான சிந்தனையென்றாலும், அந்த காலகட்டத்தில் பாரதியாரால் அவ்வளவுதான் சிந்திக்க முடிந்தது.

அந்த பாரதியாருடைய மாணவன் பாரதிதாசன் காந்தியடிகளுடைய கொள்கைகளைப் பரப்பியவர்-

சுப்பிரமணிய கடவுளுடைய பக்திப்பாடல்களைப் பாடியவர்-- பெரியாருடைய அடியொற்றி கருத்துக்களை எடுத்து இயம்பத் தொடங்கினார்.

அந்தக் காலகட்டத்தில் அவர் பல ஏடுகளை நடத் தினார். பல இன்னல்களுக்கு ஆளானார். எதிர் நீச்சல் போட்டார். அவர் புதுவையிலே உயிரோடு இருக்கலாகாது என்கின்ற அளவுக்கு மாற்றார், அவருக்குப் பல தீமைகளை விளைவித்தனர்; சூழ்ச்சிகளைச் செய்தனர். அவைகளையெல்லாம் மீறி பாரதிதாசன் நின்றார்.

பாரதிதாசனுடைய கவிதைகளை மாத்திரம்தான் பலர் படித்திருக்கக்கூடும். அவருடைய வாழ்க்கை வரலாற்றிலே எப்படிப்பட்ட மேடு பள்ளங்கள் இருந்தன; அவர் எத்தகைய காடு, மலைகளையெல்லாம் கடந்து - காட் டாற்று வெள்ளத்தில் எல்லாம் நீந்தி, புரட்சிக் கவிஞராக-பாவேந்தராக நிற்க முடிந்தது என்பதை எண்ணுகிற நேரத்திலேதான் ஒரு அற்புதமான மனிதர் - எதற்கும் அஞ்சாத சிங்கம் பாரதிதாசன் என்பது புலப்படும்.

ஒருமுறை 942-ம் ஆண்டு திருவாரூரில் 'தமிழ்நாடு தமிழ் மாணவர் மன்றம்' என்ற ஒரு மாணவர் அமைப்பை உருவாக்கி அதனுடைய ஆண்டு விழாவை திருவாரூர் உயர்நிலைப் பள்ளியிலே நான் நடத்தினேன்.

அந்த ஆண்டுவிழாவிற்கு சேலம் கல்லூரியின் முதல்வர் ராமசாமி கவுண்டர் அவர்கள் அழைக்கப் பட்டிருந்தார். வேறு பல தலைவர்களும் அழைக்கப் பட்டிருந்தார்கள்.

அந்த விழாவை முன்னிட்டு புரட்சிக் கவிஞர் பாரதிதாசனுக்கு நான் ஒரு மடல் எழுதினேன். அப்போது 1942-ல் நான் அவரை நேரிலே கண்டதில்லை; அவரும் என்னை அறியார்.

நான் அவருக்கு தீட்டிய மடலில் "தமிழ்நாடு தமிழ் மாணவர் மன்ற ஆண்டு விழா, திருவாரூரில் நடைபெறு கிறது; அதற்குத்

தங்களுடைய வாழ்த்துக் கவிதை ஒன்று அனுப்புங்கள், அலட்சியமாக இருந்து விடவேண் டாம்" என்று எழுதினேன்.

அவரும் வாழ்த்துக் கவிதை அனுப்பினார். அந்தக் கவிதையினுடைய அடிக்குறிப்பில் ஒன்றைக் கோடிட்டுக் காட்டி இருந்தார். "தோழர் கருணாநிதிக்கு"-என்று குறிப்பிட்டிருந்தார். ஆளைப் பார்த்திருந்தால் அவருடைய வயதுக்கு நான் தோழனா? என்பது அப்போது அவருக்குப் புரிந்திருக்கும்.

எவ்வளவு பெரிய கவிஞர்! அந்தக் கவிஞர் அன்றைக்குப் பள்ளி மாணவனாகிய என்னை மதித்து நான் எழுதிய கடிதத்துக்கு மரியாதை தந்து - கவிதையும் அனுப்பி பின் குறிப்பில் "கேட்ட வண்ணம் தீட்டி தெரிந்த வரைக்கும்" என்று குறிப்பிட்டிருந்தார். அதோடு மட்டும் முடிக்கவில்லை. அலட்சியமாக இருந்திடேல்" என்று-நான் எழுதியிருந்தேன் அல்லவா' அதற்காக "அலட்சியமாக இருந்திடுவதுண்டு வாரம் ஒன்றுக்கு இருபது ஒன்றரை அணா தபால் செலவை எண்ணி"-அப்பொழுதெல்லாம் தபால் செலவு- கவர் அனுப்புவதற்கு ஒன்றரை அணா ஸ்டாம்ப் ஒட்ட வேண்டும்! நான் அந்த ஸ்டாம்பை கூட அனுப்பாமல் அவரிடத்திலே கவிதை கேட்டேனாம்! அதைக் கேலி செய்து "அலட்சியமாக இருந்திடுவதுண்டு வாரம் ஒன்றுக்கு இருபது ஒன்றரை அணா தபால் செலவை எண்ணி!என்று எழுதினார்!

அப்பொழுது அவர் எழுதிய கவிதைதான்-

"தண்பொழிலில் குயில் பாடும் திருவாரூரில்
தமிழ்நாடு தமிழ் மாணவர் மன்றங்காண்
வண்மையொடும் உண்மையொடும் வாழ்ந்திடுங்காண்!
மக்களிடை எழுச்சிக்கு மருந்தாகுங்காண்!
புண் வாய்ந்தோர் அல்லர் காண்! திருவாரூரின்
புலி இளைஞர்கள்காண்! தோள்கள் பூரித்தார்காண்!
கிளம்பிற்று காண் தமிழச் சிங்கக் கூட்டம்

கிழித்தெறிய தேடுது காண் பகைக்
கூட்டத்தை வளம் பெரிய தமிழ்நாட்டில் தமிழரல்லார்
வால் நீட்டினால் உதைதான் கிடைத்திடுங்காண்!''

இதுதான் அன்று புரட்சிக் கஞவிர் பாரதிதாசன் அவர்கள் திருவாரூர் தமிழ்நாடு தமிழ் மாணவர் மன்றத்துக்கு எழுதி அனுப்பிய வாழ்த்துக் கவிதை !

அந்தக் கவிதையை நான் இங்கே சொன்னதை விட மிக அழகாக, இன்னும் உரத்த குரலில்-இன்னும் கவரத் தக்க வகையில்,

'கிளம்பிற்றுகாண் தமிழச் சிங்கக் கூட்டம்
கிழித்தெறிய தேடுதுகாண் பகைக் கூட்டத்தை"

என்ற அந்த வரிகளை எனது நண்பர் நாவலர் அவர்கள் அடிக்கடி சொல்ல நீங்கள் கேட்டிருக்கக்கூடும்.

இப்பொழுது கிளம்புகிறதோ இல்லையோ, தமிழச் சிங்கக் கூட்டம் ஆனால், அவர்சொல்லி-நீங்கள் பல முறை கேட்டிருக்கக்கூடும், ஆனால் அந்தக் கவிதையினுடைய பின்னணி பலருக்குத் தெரியாது அது திருவாரூருக்காக 1942-ம் ஆண்டு எழுதப்பட்ட கவிதை என்கின்ற அந்த பின்னணி பலருக்குத்தெரியாது.

புரட்சிக் கவிஞர் அதிகமாக விளம்பரமாகாத அந்தக் காலகட்டத்தில் அவருடைய கவிதைகளின் முதல் தொகுப்பு, சிறிய அளவில் அப்பொழுது வெளியாயிற்று. அந்த நூலுக்கு முத்தமிழ்க் காவலர் கி.ஆ.பெ. விசுவநாதம் ஒரு அணிந்துரை எழுதியிருந்தார். அந்த அணிந் துரையில் அவர்

"கவிதைக்காக ஒருமுறை; கருத்துக்காக ஒருமுறை; கொள்கைக்காக ஒருமுறை; உவமைக்காக ஒருமுறை-இப்படி பலமுறை படித்தேன். ஒவ்வொரு முறையும் அது ஒரு படித் தேனாகவே சுவைத்தது'' என்று "படித்தேன்" என்கின்ற அந்த சொல்லையே சொல்லாடல் செய்து குறிப்பிட்டிருந்தார்.

பாரதிதாசன் கவிதைகளை எல்லா பகுதிகளிலும் இருக்கின்ற மக்களும் புரிந்து கொள்ள வேண்டும் என்ற எண்ணத்தோடு, பேரறிஞர் அண்ணா அவர்கள் அன்றைக்கு எழுதுகின்ற கட்டுரை எதுவானாலும், அதில் பாரதிதாசனுடைய பாட்டு ஒன்றைத் தவறாமல் கோடிட்டுக் காட்டி, கட்டுரையைத் தொடங்குவார் அல்லது முடிப்பார்.

அண்ணா அவர்களுடைய கட்டுரைகளை அன்றைக்கு பலாப்பழத்தில் மொய்க்கின்ற ஈக்களைப் போல மொய்த்து படித்துக் கொண்டிருந்த இளைஞர் கூட்டம், பாரதிதாசனை அறிந்து கொள்ள முடிந்தது.

இப்படி பாரதிதாசன் தமிழகத்தினுடைய சொத்தாக மாறினார்.

ஒரு முறை உவமைக்காக படித்ததாக முத்தமிழ் காவலர் கி.ஆ.பெ. விசுவநாதம் சொன்னாரே, அந்த உவமைகள் என்ன சாதாரணமான உவமைகளா?

இன்றைய தினம் தமிழகத்திலே பாரதிதாசனுடைய பரம்பரையில் எத்தனையோ கவிஞர்கள் உருவாகி இருக்கின்றார்கள். பாரதியாருடைய கவிதா மண்டலத்திலே ஒருவராக உருவான பாரதிதாசனின் கவிதா மண்டலம் இன்றைக்கு பரந்து, விரிந்து, செழித்துக் கிடக்கின்ற கவிதா மண்டலமாகும்.

இருட்டு கொஞ்சம் கொஞ்சமாக மறைந்து, வைகறைப் பொழுது வருகிற அந்தக் காட்சியை எத் தனையோ கவிஞர்கள் சிறப்பித்திருக்கிறார்கள். வருணித்திருக்கிறார்கள். ஆனால் மிகப் புதுமையாக எடுத்துச் சொன்னவன் பாவேந்தன் பாசதிதாசன்தான்.

என்ன புதுமை?

தொட்டியில் நீல வண்ணம் கரைத்து வைக்கப்பட் டிருக்கிறது. அந்த நீல வண்ணம் கொஞ்சம் கொஞ்சமாக வெளுக்கிறது. வெளுப்பதற்குக் காரணம், அந்த நீல வண்ணம் கரைத்து வைக்கப்பட்டிருக்கின்ற தொட்டியில் ஒருவன் சுண்ணாம்பைக் கலக்கிறான். சுண்ணாம்புக் கலக்கப்பட கலக்கப்பட அந்த நீலம் கொஞ்சம் கொஞ்சமாகத் தெளிந்து வெளுப்பாகிறது. அது எப்படி இருக்கிறதென்று ஒப்பிடுகின்றார் பொழுது விடிகின்ற காட்சியோடு!

"தொட்டி நீலத்தில் சுண்ணாம்பு கலந்த கலப்பன்ன
இருள்தன் கட்டுக் குலைந்தது"

இப்படிப்பட்ட ஒரு உவமையை, பொழுது விடிகின்ற அந்தக் காட்சிக்கு எந்தப் புலவனும் உவமித்துச் சொல்லவில்லை.

இன்னும் ஒரு படி மேலே போய் நள்ளிரவு விலகுவதைப் பற்றிச் சொல்கிறார்.

"கேள்வியால் அகலும் மடமை போல்"

- அறிவு கொஞ்சம் கொஞ்சமாக வழங்கப்பட வழங்கப்பட, அறிவுத் தெளிவு ஏற்பட ஏற்பட எப்படி மடமை விலகுகிறதோ, அப்படி,

"கேள்வியால் அகலும் மடமை போல்
நள்ளிரவு மெதுவாய் நகர்ந்து கொண்டிருந்தது" என்கிறார்.

அவர் உவமையைக் கையாளுகின்ற நேரத்தில் நாட்டு நடப்பையும், அந்த நாட்டு நடப்பை எடுத்துச் சொல்கிற நேரத்தில், அவர் கொண்ட கொள்கையையும் எடுத்துரைக்க தவறியதே இல்லை.

வெண்ணிலாவை வருணிக்கிறார் பாருங்கள்!

குருடன் ஒருவன்; உண்மையில் குருடன் அல்ல; குருடன் என்று சொல்லி வைக்கப்பட்டவன். அவனைக் காண, அவனிடத்திலே பாடம் கற்கின்ற பட்டத்து இளவரசி

வருகிறாள். அப்பொழுது இன்னும் மாணவி வந்து சேரவில்லையே என்கின்ற துணிவில் அவன் நிலவைப் பார்த்து பாடிக் கொண்டிருக்கின்றான்.

"நீலவான் ஆடைக்குள் உடல் மறைத்து நிலாவென்று
காட்டுகின்றாய் ஒளி முகத்தை! கோலமுழுதும்
காட்டிவிட்டால் காதற் கொள்ளையிலே இவ்வுலகம் சாமோ
வானச் சோலையிலே பூத்த தனிப்பூவோ நீதான்!
சொக்கவெள்ளிப் பாற்குடமோ? அமுத ஊற்றோ!
காலைவந்த செம்பரிதி கடலில் மூழ்கி
கனல்மாறி குளிரடைந்த ஒளிப்பிழம்போ!"

காலையிலே வந்த சூரியன், கடல் நீரில் விழுந்த காரணத்தால் அந்த ஒளியெல்லாம் குறைந்து நிலவாக மாறி விட்டாயா என்று குறிப்பிடுகிறார். எந்தக் கவிஞன் இப்படி நிலவைப் பார்த்துக் கேட்டான்? அங்கே பொதுவுடமைக் கொள்கையும் பளிச்சிட்டுக் காட்டப்படுகிறது.

'தினைத்துணையும் பயனின்றிப் பசித்த
மக்கள் சிறிது கூழ்தேடுங்கால் பானை ஆர
ணத்திருந்த வெண்சோறு காணும் இன்பம்
கவின் நிலவே உனைக்காணும் இன்பம் தானோ?"

பசித்த மக்கள் கூழாவது இருக்கிறதா என்று தேடுகிற நேரத்தில் பானையார காணப்படுகின்ற அந்த வெண்சோறு இருக்கிறதே, அந்த வெண்சோற்றைக் காணுகின்ற இன்பம் தான் நிலவே உனைக்காணும் இன்பமோ என்றுகேட்கிறார்.

சாதிக்கு அவன் தருகின்ற சாட்டையடி-

"இருட்டறையில் உள்ளதடா உலகம் சாதி
இருக்கின்ற தென்பானும் இருக்கின்றானே"

என்று-சாதி இருக்கின்றது என்று சொல்லுகின்றவன் இருக்கின்ற காரணத்தால் இருட்டறையில் இந்த உலகம் இருக்கிறது;

"மருட்டுகின்ற மதத் தலைவர் வாழ்கின்றாரே
வாயடியும் கையடியும் மறைவதெந்நாள்?
சுருட்டுகின்றார் தம்கையில் கிடைத்தவற்றை"

என்று நிலைமையை விளக்கிவிட்டு,

"இவைகளையெல்லாம், இல்லையாயின் விரட்டுவது
பகுத்தறிவே! விடுதலையும் கெடுதலையும் ஒன்றேயாகும்"
என்கிறார்:

இவைகள் எல்லாம் ஒழியாத ஒரு நாட்டில் விடுதலை கிடைத்தால் கூட, அப்படி கிடைக்கக் கூடிய விடுதலை கெடுதலையாகத்தான் இருக்குமே தவிர, அது விடுதலையாக இருக்காது என்று கூறுகிறார்.

அவருடைய கவிதையிலே பொதுவுடமைக் கருத்துக்கள் பொங்கி எழுகின்றன! அவர் கேட்கிறார்:

"சிற்றூரும் வரப்பெடுத்த வயலும்
ஆறுதேக்கிய நல் வாய்க்காலும் வகைப்படுத்தி
நெற்சேர உழுதுழுது பயன் விளைக்கும்
நிறையுழைப்புத் தோள்கள் எலாம்
எவரின் தோள்கள்?

கற்பிளந்து, மலைபிளந்து கனிகள் வெட்டி
கருவியெலாம் செய்து தந்த கைதான்
யார்கை?

பொற்றுகளை, கடல்முத்தை, மணிக்குலத்தை
போயெடுக்க அடக்கிய மூச் செவரின் மூச்சு?'

இப்படிப்பட்ட அவர்கள் எல்லாம் இன்றைக்கு எப்படி இருக்கிறார்கள் என்று கேட்டு-

"எலியாக, முயலாக இருக்கின்றார்கள்
ஏமாந்த காலத்தில் ஏற்றங் கொண்டோன்

புலிவேஷம் போடுகின்றான் பொதுமக்கட்குப்
புல்லளவு மதிப்பேனும் தருகின்றானா?"

*1983*ம் ஆண்டை எதிர்பார்த்து அன்றைக்கே புரட் சிக் கவிஞர் பாரதிதாசன் "ஏமாந்த காலத்தில் ஏற்றம் கொண்டோன் புலிவேஷம் போடுகின்றான்; பொதுமக்களுக்கு புல்லளவு மதிப்பேனும் தருகின்றானா?" என்று பாடியிருக்கின்றார்!

"ஏமாந்த காலத்தில் ஏற்றம் கொண்டோர்" என்பது எவ்வளவு லாவகமான வார்த்தை வீச்சு! 'புலி வேஷம் போடுகின்றார்; பொதுமக்களுக்குப் புல்லளவு மதிப்பேனும் தருகின்றாரா?" என்று ஆவேசமாகக் கேட்கிறார். யாருடைய கை? யாருடைய உழைப்பு? யார் சிந்திய வியர்வை? என்றெல்லாம் கேட்கிறார்!

உழைப்போர் கஷ்டங்களுக்கெல்லாம் கடவுள்தான் காரணம் என்று சொல்கிற நேரத்தில்-கனல் தெறிக்கிறது அவருடைய கவிதைகளில்!

நடவு செய்த தோழர் கூலி
நாலணாவை ஏற்பதும் உடலுழைப்பி லாதசெல்வர்
உலகை ஆண் டுலாவலும்
கடவுளாணை என்றுரைத்த
கயவர் கூட்டமீதிலே கடவுள் என்ற கட்டறுத்துத்
தொழிலுளாரை ஏவுவோம்!

என்கின்ற இத்தகைய வீரவரிகளுக்குச் சொந்தக்காரர் பாரதிதாசன்!

அந்த வீரக்கவிஞனை-வெற்றி படைத்த கவிஞனை-அவருடைய வாழ்நாளெல்லாம், தமிழ்ச் சமுதாயத்திற்காக, தமிழ் இயக்கத்திற்காக அர்ப்பணித்த கவிஞனை பாராட்டுகின்ற நல்ல விழாவினை நீங்கள் இங்கே எடுத் திருக்கின்றீர்கள்.

கவிஞனைப் பாராட்டி விட்டால் மாத்திரம் போதாது. அந்தக் கவிஞன் எதற்காகப் பாடுபட்டான் என்பதை யும் சிந்திக்க வேண்டும்.

'மாணவர்களுக்கு நீங்கள் நல்ல செய்தி அறிவியுங்கள்; நீங்கள் அளிக்கின்ற செய்தி பெரிய செய்தியாக இருக்கட்டும்" என்று கல்லூரியின் முதல்வர் அன்புக்குரிய கேப்டன் கோவிந்தசாமி அவர்கள் இங்கே எனக்கு வேண்டுகோள் விடுத்தார்.

நான் உங்களுக்கு அறிவிக்க என்ன செய்தி இருக் கிறது?

இங்கே நான் எடுத்துக்காட்டிய பாரதிதாசனுடைய கவிதைகள் எல்லாம் நீங்கள் சுமந்துசெல்ல வேண்டிய செய்திகள்தான்! சிந்தையிலே நீங்கள் பதித்துக் கொள்ள வேண்டிய செய்திகள்தான்.

அந்தச் செய்திகளின்படி-நீங்கள் செயலாற்றிட வேண்டியவர்கள். சுற்றிச் சுற்றி பாரதிதாசனுடைய இனமான உணர்வு - இன உணர்வு-அந்த உணர்வுகளுக்குப் பழுதில்லாமல்-இன உணர்வைக் காட்டி காப்பாற்றுகின்ற காரியத்தில் நாம் ஈடுபட வேண்டும். மாணவர்கள் ஈடுபட வேண்டும்;

இளைய தலைமுறையினரான மாணவர்களுக்குப் பழைய வரலாறுகள் தெரியாமல் இருக்கலாம். அந்த வரலாறுகளை அவர்கள் படிக்க வேண்டும்.

எவ்வளவு கஷ்டங்களுக்குப் பிறகு- எவ்வளவு எதிர்ப்புக்களுக்குப் பிறகு இந்த நிலை தமிழகத்திலே ஏற் பட்டிருக்கிறது என்பதை எண்ணிப் பார்க்க வேண்டும்;

"சிற்றூரும், வரப்பெடுத்த வயலும்
ஆறுதேக்கியநல் வாய்க்காலும் வகைப்படுத்தி
நெற்சேர உழுதுழுது பயன் விளைக்கும்
நிறையுழைப்புத் தோள்கள் எலாம் எவரின் தோள்கள்?"

என்று பாரதிதாசன் தொழிலாளர்களைப் பார்த்து மாத்திரம் தான் கேட்டாரா?

இன்றைக்கு ஒரு பெரிய மறுமலர்ச்சியை, கலாச்சாரப் புரட்சியை தமிழகத்திலே உருவாக்கி இருக்கிறோம் என்றால், இதை உருவாக்குவதற்காகப் பாடுபட்டவர்கள் யார்? உழைத்த கை எது? இதற்காக ஊரெல்லாம் நடந்த கால் எது? அவர்கள் எல்லாம் இன்றைக்கு எலியாக - முயலாக ஆக்கப்பட்டார்கள்; இடையிலே வந்தவர்கள் புலிவேஷம் கட்டி ஆடுகின்றார்களே என் றெல்லாம் பாரதிதாசன் அன்றைக்குக் கேட்டிருக் கின்றார்!

அவைகள்தான் உங்களுக்குரிய செய்திகள்;

வாழை

[16-2-84 அன்று தஞ்சை சரபோஜி கல்லூரியில் நடைபெற்ற முத்தமிழ் விழாவில் தலைவர் கலைஞர் ஆற்றிய உரை]

நெருக்கடி நிலை இல்லாமலே நெருக்கடி நிலையில் இந்தக் கூட்டம் நடைபெற்றுக் கொண்டிருக்கிறது.

இந்தக் கல்லூரியின் பேரவையின் சார்பில் முத்தமிழ் விழா இன்று காலை முதல் பல்வேறு நிகழ்ச்சிகள் கொண்டதாக அமைந்து நிறைவுரையாற்றும் வாய்ப்பு எனக்கு அளிக்கப்பட்டிருக்கிறது.

நான் இங்கு வருவதற்கு முன்பு நடைபெற்ற நிகழ்ச்சியில் "இலக்கியப் பெண்டிர்களில் காதல் உணர்வில் மிஞ்சி நிற்பது யார்?" என்ற கேள்வி எழுப்பப்பட்டு 'சீதையா? மாதவியா? சகுந்தலையா?" என்ற வினாக்களுக்கு விடையளிக்கப்பட்டிருக்கின்றது.

நடுவரால் என்ன தீர்ப்பு வழங்கப்பட்டது என்பது எனக்குத் தெரியாது. இருந்தாலும் காதல் உணர்வில் மிஞ்சி நிற்பது சீதையா? மாதவியா? சகுந்தலையா? என்ற கேள்வி எழுந்ததைப் பற்றி அந்த மூன்று பேரும் கவலைப்படப் போவதில்லை. *(பலத்த சிரிப்பு, கைதட்டல்)* கவலைப் படுகின்றவர்களெல்லாம் நீங்கள்தான். உங்கள் கவலை எப்படி போக்கப்பட்டது என்பது எனக்குத் தெரியாது.

காலையில் இங்கு நடைபெற்ற கவியரங்கத்தில் 'தாகம்', 'சோகம்', 'வேகம்', 'மோகம்' என்ற தலைப்புக்களில் கவிதைகள் பாடப்பட்டிருக்கின்றன. இவற்றோடு 'காகம்'

என்கின் ற தலைப்பும் இணைந்திருக்குமேயானால் அந்த காகத்தைப் பார்த்தாவது தமிழன் ஒற்றுமையோடு இருக்க வேண்டும் என்கின்ற ஒரு உணர்வினைப் பெற்றிருக்க முடியும்.

தாகம் - மோகம் என்ற கவியரங்கத் தலைப்புக்களைப் பார்த்தபோது எனக்கு ஒரு கதை ஞாபகத்திற்கு வந்தது. மோகம் எவ்வளவு பொல்லாதது என்பதை இந்தக் கதை விளக்குகிறது.

ஒரு துறவி பல மாணவர்கள் அடங்கிய ஒரு தூய்மையான மடத்தை நடத்திக் கொண்டிருந்தார். அந்த மடத்திலே மாணவர்களுக்கு நல்ல அறநெறியையும் கல்வியையும் அவர் போதித்து வந்தார். மாணவர்கள் ஒருநாள் தங்களுக்குள்ளாகவே ஒரு கலந்துரையாடலை நடத்தி "இந்தத் துறவியாரோடு நீண்ட காலமாகவே நாமும் இங்கேயே தங்கி பயின்று வருகிறோம். இந்த மடத்தில் நமக்கு எல்லாம் பிடிக்கிறது. ஆனால் இந்த மடத்திலே இருக்கின்ற சமையல்காரன் நல்ல உணவை சமைப்பது இல்லை. எதற்கும் ஒரு பெண்மணி சமையல்காரியாக இங்கு வருவாளேயானால் நல்ல உணவு கிடைக்கும்" என்று தீர்மானித்து எல்லா மாணவர்களும் சேர்ந்து அந்த மடத்தினுடைய குருநாதரைச் சந்தித்தனர்.

அவரிடம் மாணவர்கள் தங்களுடைய எண்ணத்தை வெளியிட்டார்கள். உடனே அந்தத் துறவி "சமையற் காரப் பெண் ஒருத்தி இந்த மடத்திற்கு வந்துவிட்டால் உங்களிலே யாருக்காவது அவள் மீது தவறான எண்ணம்- மோகம் பிறந்துவிட்டால் இந்த மடத்தின் தூய்மை என்ன ஆவது? எனவே சமையற்கார பெண்ணை வேலைக்கமர்த்த நான் ஒப்புக்கொள்ள இயலாது" என்று கூறிவிட்டார்.

உடனே சில மாணவர்கள் "பரவாயில்லை ஒரு கிழவியை சமையற்காரியாக அமர்த்துங்கள். அப்படி நியமித்தால் நீங்கள் சொல்லுகின்ற நிலை ஏற்படாது" என்று சொன்னார்கள். "சரி!

நாளைக்கு யோசித்துச் சொல்லுகிறேன். இரவு சாப்பாட்டிற்கு எல்லோரும் செல்லுங்கள்" என்று சொல்லிவிட்டார்.

மாணவர்களும் தங்கள் கடமைகளை முடித்து விட்டு இரவு உணவுக்குத் தயாராக வந்துவிட்டார்கள். அதற்கு முன்பே துறவியார் சமையற்காரனை அழைத்து "இன்றைக்கு இரவு மாணவர்களுக்குப் பரிமாறும் உணவில் அளவுக்கு அதிகமாக உப்பைக் கொட்டி விடு. அத் துடன் உணவு பரிமாறுகின்ற போது யாருக்கும் தண்ணீர் வைக்காதே" என்று உத்தரவிட்டார். துறவியார் சொன்ன படியே உப்பு அதிகமாக போடப்பட்ட உணவு மாணவர்களுக்குப் பரிமாறப்பட்டதுடன் யாருக்கும் தண்ணீர் வைக்கப்படவில்லை.

துறவியும் அவர்களோடு அமர்ந்து சாப்பிட்டார். துறவிக்கு பரிமாறப்பட்ட உணவில் உப்பு கலக்கப்படவில்லை. மாணவர்களுக்கு அது தெரியாது, துறவி உணவை வேக வேகமாக சாப்பிடுவதை பார்த்த மாணவர்கள் "துறவியே இப்படி சாப்பிடுகிறாரே! நமது உணவில் உப்பு அதிகம் என்று நாம் எப்படிச் சொல்வது?" என்று பயத்தோடு அத்தனை பேரும் சாப்பிட்டு முடித்தார்கள். பிறகு தாங்கள் தங்குகிற விடுதிக்குச் சென்று படுத்துவிட்டார்கள். குருநாதர் தனது அறைக்குப் போய் விட்டார். அதற்குமுன் அவர் சமையற்காரனை அழைத்து, "மாணவர்கள் தூங்குகின்ற தாழ்வாரத்திற்கு அருகில் உள்ள முற்றத்தில் ஒரு பாத்திரத்தில் சாணத்தை கரைத்து வைத்து விடு" என்று சொல்ல சமையற்காரனும் அப்படியே சாணத்தைக் கரைத்து வைத்துவிட்டான்.

மாணவர்களோ, அதிக உப்பு கலக்கப்பட்ட உணவைச் சாப்பிட்டதால் தாகத்தால் தவித்தார்கள்.

என்ன செய்வதென்றே புரியவில்லை. வழக்கமாக வைக்கப்படுகின்ற தண்ணீர்ப் பானைகளும் அங்கு இல்லை.

தேடித் தேடிப் பார்த்த மாணவர்கள் கடைசியாக சாணம் கரைத்து வைக்கப்பட்டிருந்த பானையைப் பார்த்தார்கள்.

ஒரு மாணவன் "கொஞ்ச நேரம் சென்றால் சாண நீர் தெளியும். அதற்குப் பிறகு நாம் அந்தத் தண்ணீரைக் குடிப்போம்" என்று சொல்லி காத்திருந்தான். கொஞ்சம் கொஞ்சமாக சாணம் தெளிந்து வர அந்த மாணவன் ஒரு குவளையை எடுத்து அந்தத் தண்ணீரை மொண்டு சாப்பிட்டான். குவளையை விட்டு மொண்டதில் சாண நீர் மறுபடியும் கலங்கிவிட்டது.

ஆனால் தாகம் தாங்க முடியாத மாணவர்கள் வேறு வழியின்றி அந்த சாணத் தண்ணீரையே எடுத்து குடித்து தாகத்தை தணித்துக் கொண்டார்கள்.

காலையில் துறவி வந்தார். "இங்கு இருந்த சாணத் தண்ணீர் என்ன ஆயிற்று?" என்று கேட்டார். மாணவர்கள் நடந்ததைச் சொன்னார்கள். அப்பொழுது "தாகத்தில் நீங்கள் சாணத் தண்ணீரா நல்ல தண்ணீரா என் று கூட கருதாமல் அந்தத் தண்ணீரைச் சாப்பிட்டிருக்கிறீர் கள். அதைப் போலத்தான் இங்கு ஒரு கிழவியை வேலைக்கு வைத்தால்கூட மோகத்தில் அவள் கிழவியா குமரியா என்று கூட பார்க்காமல் தவறு செய்து விடுவீர் கள்" என்று சொன்னார்.

மோகம் எவ்வளவு பொல்லாதது என்பதை விளக்க இந்தக் கதை போதும்!

முத்தமிழ் விழாவில் நேற்று புதுக்கோட்டையிலும் இன்றைக்கு இங்கேயும் கலந்து கொள்கிற வாய்ப்பு எனக்குக் கிட்டியிருக்கிறது. இதற்கு முன்பு- தம்பி கணேசன் குறிப்பிட்டதைப் போல-பூண்டி கல்லூரியிலே நடைபெற்ற பாவேந்தர் விழாவில் புரட்சிக் கவிஞர் பாரதிதாசன் அவர்கள் தமிழுக்கு - தமிழ் இனத்திற்கு தமிழர்களுடைய எதிர்கால வாழ்விற்கு பாடிய கவிதை களைப் பற்றி என்னுடைய கருத்துக்களை எடுத்துக் கூறுகிற வாய்ப்பைப் பெற்றேன்.

இந்த முத்தமிழ் விழாவில் உங்களை எல்லாம் சந்திப்பதில் நான் மிகுந்த மகிழ்ச்சி அடைகின்றேன். தமிழன் போற்றியவைகள் மூன்று. மூன்று, மூன்றாகத் தான் போற் றினான். மூவேந்தர், முத்தமிழ், மும்முரசு என்கின்ற இந்த வகையிலே தான் அவன் தன்னுடைய பண்பாட்டை வளர்த்தான்.

நாகரீகத்தை வளர்த்தான்; மொழியை வளர்த்தான்; தன்னுடைய வரலாற்றை வளர்த்தான்.

மும்முரசு என்றால் - அந்த முரசுக்கே கூட தமிழ னுடைய இலக்கியத்தில் பெருமை சேர்த்தான். முரசு என்றால் மங்கல நிகழ்ச்சிகளிலே ஆர்த்திடப்படுவது என்ற அளவோடு நிற்காமல் அல்லது களம் காணும் வீரர்களை அழைக்க ஒலிப்பது என்ற நிலையோடு நிற்காமல் அந்த முரசுக்கும் பெருமை சேர்த்து, அந்தப் பெருமைக் கும் அவன் இலக்கியம் தந்தான்.

தமிழ் மன்னன் ஒருவன்-அவன் முரசை மதித்தான்; மிகப் பெருமையோடு ஆராதித்தான்; அந்த முரசு கட் டிலில் யாரும் வந்து அமரவோ அதைத் தொடவோ கூடாது; அந்த முரசுக்கு வேலை இல்லாமல் அது முரசுக் கட்டிலில் வைக்கப்பட்டிருக்கிறது. அந்த நேரத்தில் அதை யாரும் தொடுவதே கூட தவறு; அப்படி தொடுகிறவர்களுடைய கை வெட்டப்படும் என்ற அளவிற்கு கடும் தண்டனை என்று அறிவிக்கப்பட்டிருந்தது. ஒரு நாள் மன்னனைக் காண மோசிகீரனார் என்ற புலவர் வருகிறார். மன்னன் இல்லை. ஓய்வு எடுத்துக் கொள்ள அந்த முரசுக் கட்டிலிலே படுக்கிறார். அயர்ந்து தூங்கி விடுகிறார். அந்த நேரத்தில் மன்னன் வேகமாக மாளிகைக்குள் வருகிறான். மன்னனுடைய கண் முரசு கட்டிலின் மீது விழுகிறது. ஆத்திரத்தோடு பார்க்கிறான். "யார் அவன் முரசுக் கட்டிலில்?" என்று கேட்டுக்கொண்டே அருகே வருகிறான். பார்த்தால் புலவர் பெருமான் மோசி கீரனார் படுத்து உறங்கிக் கொண்டிருக்கிறார். காவலர்கள்; மன்னன் உடனே கையிலே வாள் எடுத்து புலவனை வெட்டி

வீழ்த்துவான் என்று எதிர்பார்க்கிறார்கள். அதற்குப் பதிலாக மன்னன் வெண்சாமரத்தை எடுத்து வரச் சொல்லி மோசிகீரனார் படுத்திருக்கின்ற அந்தக் கட்டிலின் அருகிலே நின்று புலவர் பெருமான் நன்றாக ஓய்வு பெற வேண்டும் என்பதற்காக வெண்சாமரம் வீசுகிறான்.

உயிரினும் மேலாக மதிக்கப்பட்ட அந்த முரசத்தை விட புலவரை அந்தக் காலத்து மன்னர்கள் மதித்தார்கள். காரணம் தமிழுக்காக; அவர்கள் கற்ற தமிழுக்காக மதித்தார்கள். அப்படி மதிக்கப்பட்ட காரணத்தால் தான் கிள்ளிவளவன் என்ற ஒரு பெருமன்னன் எப்படி வாழ்ந்தான்? எப்படி இறந்தான்? என்பதைப்பற்றி நப்பசலையார் என்ற ஒரு புலவர் சிந்திக்கும்போது கிள்ளிவளவனின் நண்பராக இருந்த அந்த புலவர் அவன் எப்படி இறந் திருக்கக் கூடும் என்று சந்தேகப்படுகிறார்.

செற்றென் றாயினும்
செயிர்த் தென்றாயினும்
உற்றென்றாயினும்
உய்வின்றி மாதோ!
பாடுநர் போல,
கைதொழுதேத்தி
இரந்தன்று ஆதல்
வேண்டும்!

என்று குறிப்பிடுகிறார். "கிள்ளிவளவா! எமன்; உன்னை உற்றார், உறவினரைப் போல நெருங்கி வந்து வஞ்சித்து கொன்றிருக்க முடியாது. எதிர்த்து உன்னோடு போரிட்டு உன்னை வென்று உன்னுடைய உயிரைப் பறித் திருக்கவும் முடியாது. அவன் எப்படி உன்னுடைய உயிரைக் கவர்ந்திருப்பா னென்றால் ஒரு வேளை தன்னை ஒரு புலவர் வேடத்தில் மாற்றிக்கொண்டு வந்து உன்னுடைய உயிரை யாசித்திருப்பான்; புலவர் கேட்டதைத் தர வேண்டுமே, என்ற காரணத்திற்காக ஏமாந்து போய் அவனை தமிழ்ப் புலவர் என்று எண்ணி உன்னுடைய உயிரை அவனிடம்

அளித்திருப்பாய்; அதைத் தவிர உன்னை யாரும் கொல்ல முடியாது!" என் கிறார்.

அப்படி தமிழுக்கு உள்ள ஏற்றம் -தமிழ்ப் புலவர்களுக்கேற்ற ஏற்றம் ஒரு காலத்தில் தமிழகத்தில் போற்றப்பட்டது. அந்த ஏற்றமும் பெற்றியும் இடைக் காலத்தில் தொய்வு விழுந்து அது மீண்டும் தொடருகின்ற காலக் கட்டம் ஒன்று வளர்ந்து மீண்டும் தொய்வு விழுகிறதோ என்று அஞ்சுகின்ற காலக் கட்டத்தில் நாம் இந்த மாமன் றத்திலே கூடியிருக்கிறோம்.

எனவே அந்தக் காலக் கட்டம் என்ன என்ற கேள்விக்கு நாம் விடை காண வேண்டியவர்களாக இருக் கிறோம்.

இங்கு உரையாற்றிய தம்பி எல். கணேசன் குறிப்பிட்டதைப் போல எனது மாணவப் பருவத்திலே, தமிழ் மாணவர் மன்றத்தை நடத்தியதுடன் நான் நின்று விட வில்லை. மாணவப் பருவத்தில் தமிழ் மொழியைக் காப் பாற்ற போர்க்களத்திலும் இறங்கினேன். என்னுடைய அரசியல் வாழ்வாகட்டும்; பொது வாழ்வாகட்டும்; அல் லது சமுதாய வாழ்வாகட்டும், அந்த வாழ்க்கை இந்தியை எதிர்த்த அந்தப் போர்க்களத்தில்தான் தொடங் கிற்று. அன்று தொடங்கிய அந்த இந்தி எதிர்ப்புப் போர்க் கள வாழ்க்கை இன்னமும் நின்றிடவில்லை. தொடர்ந்து நடைபெற்றுக் கொண்டு தான் இருக்கிறது.

1938ம் ஆண்டில் அன்றைய சென்னை ராஜதானியின் பிரதமராக இருந்த ராஜாஜி பள்ளிகளில் கட்டாய இந்தி யைத் திணித்தார். ஆனால் அதே ராஜாஜிதான் 1963-64-ம் ஆண்டில் இந்தித் திணிப்பை எதிர்த்து தீவிரவாதியாக மாறி, இந்தி தமிழகத்தில் நுழைக்கப்படுமேயானால் தமிழன் இரண்டாந்தர குடிமகனாக ஆகி விடுவான். எனவே ஆங்கிலம் தொடர்பு மொழியாக நீடிக்க வேண்டும் என்று போரிட்ட தளபதிகளில் ஒருவராக மாறினார்.

1938-39ல் நடைபெற்ற அந்த மொழிப் போராட்டம் தொடர்ந்து ஏறத்தாழ நாற்பதாண்டு காலத்திற்கு மேலாக நடைபெற்று

65ம் ஆண்டிலே மொழிப்புரட்சியாக உருவெடுத்தது. அதற்குமுன் இந்தியாவின் பிரதமராக இருந்த பண்டித ஜவகர்லால் நேரு "இந்தி பேசாத மாநிலங்கள் விரும்புகிற வரையில் ஆங்கிலம் தொடர்ந்து நீடிக்கும்" என்ற உறுதிமொழியை வழங்கினார். இன்றள வும் நாம் போராடிக் கொண்டிருப்பது- நேருவின் அந்த உறுதிமொழி அரசியல் சட்டத்திலே இடம் பெற வேண் டும் என்பதற்காகத்தான். பிரதமர் இந்திரா காந்தி "என் தந்தையார் அளித்த உறுதிமொழியை நான் காப்பாற்று வேன்" என்று தான் சொல்கிறார்.

ஆனால் அந்த உறுதிமொழி காப்பாற்றப்படுகிறதா என்றால் இல்லை. மறைமுகமாக, நாம் இந்தி கற்பதைத் தவிர வேறு வழியில்லை என்கின்ற அளவிற்கு இந்தி ஆதிக்கம் பலப்பல கிளை நதிகளாகப் பிரிந்துவந்து தமிழகத்தில் ஒரு ஆதிக்கப் பெருவெள்ளத்தை உருவாக்குகின்ற நிலைமை ஏற்பட்டு வருகின்றது.

எங்கெங்கே இந்திப் பிரச்சாரம் நடைபெற முடியுமோ - எங்கெங்கே நடைபெற்றால் மக்கள் ஈர்க்கப்படுவார்களோ- இந்தி கற்பதைத் தவிர எதிர்கால வாழ்வுக்கு வேறு வழியில்லை என்கின்ற எண்ணத்தைக் கொள்வார்களோ அப்படிப்பட்ட இடங்களிலெல்லாம் இன்றைக்கு இந்திப் பிரச்சாரம் நடைபெற்றுக் கொண்டிருக்கிறது.

இந்தித் திரைப்படங்கள் தமிழகத்தில் ஏராளமாக திரையிடப்படுகின்றன. வானொலியில் இந்திக்கென்று ஒதுக்கப்படுகிற நேரம் நம்முடைய மொழிக்கு ஒதுக்கப் படுகின்ற நேரத்தை விட அதிகமான நேரம், ஆங்கிலத்தை விட அதிகமான நேரம் ஒதுக்கப்படுகிறது. தொலைக்காட்சியிலும் அதுதான் நடைபெறுகிறது.

பிற ஊர்களில் நடைபெறுகின்ற கிரிக்கெட் போட்டி களையோ கால் பந்தாட்ட போட்டிகளையோ தொலைக் காட்சியில் ஒளிபரப்பும் போது அதை வர்ணனை செய்

பவர்கள் இந்தியில்தான் வர்ணனை செய்கிறார்கள். எத்தனை ரன் எடுத்தார்? எந்த ஆட்டக்காரரர் அவுட் ஆனார் என்பதைக்கூட நம்மால் புரிந்துகொள்ள முடிவதில்லை. இடையில் தப்பித் தவறி ஒரு ஆங்கில வார்த்தையைக் கூட சொல்வது பாவம் என்றுதான் இந்தி வர்ணனையாளர் நினைக்கின்றார். அந்த வர்ணனைகளை நாம் ஊன்றி கவனிப் போமேயானால் வேண்டுமென்றே ஆங்கிலச் சொற்களை அறவே நீக்கிவிட்டுத்தான் நம்மை திகைக்க வைக்கிறார் கள் என்பது நன்கு புரியும். அந்த அளவிற்கு இந்தி ஆதிக்கம் இங்கு நுழைந்திருக்கிறது.

அஞ்சல் அட்டைகளில் இந்திதான் முதலிடம் பெறுகிறது. அதைப் போலவே அஞ்சல் உறைகளில் பண விடைத்தாள்களில் இந்திதான் முதலிடம் பெறுகிறது.

இந்தி ஒரு தேசிய மொழியல்லவா? அதை நாம் உதறித் தள்ளலாமா என்று கேட்கலாம். இந்தியாவில் பல தேசிய இனங்கள் இருக்கின்றன என்பதை மறந்து விட்டால் அதைக் கேட்கலாம்.

இந்தியாவிலே பல தேசிய இனங்கள் இருக்கின்றன. இந்தி பேசும் ஒரு தேசிய இனம் மட்டும் இந்தியாவில் இல்லை. தமிழ்மொழி பேசுகின்ற தேசிய இனம், மலையாள மொழி பேசுகின்ற தேசிய இனம், கன்னட மொழி பேசுகின்ற தேசிய இனம் என்று பல தேசிய இனங்கள் இங்கு இருக்கின்றன.

இந்த தேசிய இனங்கள் இந்தி ஆதிக்கத்தால் வலு விழந்து போகக் கூடாது. தேசிய இனங்கள் வலுவிழக் காமல் இருந்தால்தான் முழுமையான இந்திய தேசியமே உருக்குலையாமல் இருக்கும். தேசிய இனங்கள் வலுவிழக்குமேயானால் இந்திய ஒருமைப்பாடு ஒரு கற்பனையாக நிழலாக இருக்குமேயல்லாது நிஜமாக இருக்காது.

எனவேதான், இந்திய ஒற்றுமையின் மீது, ஒருமைப் பாட்டின் மீது, இறையாண்மையின் மீதுள்ள அக்கறையின் காரணமாகச்

சொல்கிறேன். தேசிய இனங்களை- தேசிய இன மொழிகளை நாம் மதிக்கக் கற்றுக் கொண்டாக வேண்டும்.

ஆயிரக்கணக்கான மைல்களுக்கு அப்பாலிருந்து வந்த ஆங்கில மொழியின் மீது உங்களுக்குள்ள ஆசை ஏன் இந்தியாவிற்குள்ளேயே இருக்கும் இந்தி மொழி மீது இருக்கக்கூடாது என்று கேட்கலாம்.

ஆங்கிலமொழி இந்தியாவில் இருநூறு ஆண்டுகளாய் வேரூன்றி விட்ட மொழி. அதற்காக அது இருக்க வேண்டும் என்று நாம் சொல்லவில்லை. ஆங்கில மொழி எல்லோரையும் சமப்படுத்தி வைத்த மொழி. சமம் என் றால் ஜாதிகளை ஒழித்து அல்ல! சமம் என்றால் மதங்களை யெல்லாம் ஒன்றாக்கி அல்ல. அந்த சமத்துவத்தை அல்ல.

அது உருவாக்கிய சமம் என்னவென்றால் ஆங்கிலம் படித்தவன் யாராக இருந்தாலும் அவன் இந்தி பேசுபவனாக இருந்தாலும்- தமிழனாக இருந்தாலும் -ஒரிசாக்காரனாக இருந்தாலும் -பீகாரியாக இருந்தாலும் ஆங்கிலம் படித்து தகுதி பெற்றிருந்தால் அவனுக்கு அரசாங்க உத்தியோகங் களில் சம வாய்ப்பு கிடைக்கும்.

ஆங்கிலத்தை அகற்றி விட்டு கற்பனை செய்து பாருங்கள். இந்தியாவில் தமிழ்மொழி பேசுகின்ற தமிழ்த் தாயகத்தில் நம்முடைய தாய்மொழி தமிழ். இந்தியாவின் பொது மொழி -அரசு மொழி இந்தி என்று வருகிற நேரத்தில் நாம் தாய்மொழியாம் தமிழையும் படித்துவிட்டு, நம்முடைய வேலைக்காக, உத்தியோக வாய்ப்புக்களுக் காக அரசாங்க அலுவல்களுக்காக படிக்க வேண்டிய மொழி இந்தி மொழி. எனவே நம் மீது இரண்டு மொழி, ஒன்று நம் தாய்மொழி- கற்றுத் தீர வேண்டிய மொழி. இன்னொன்று கற்றால்தான் பிழைப்பு நடக்கும் என்ற அள வுக்கு இருக்கின்ற இந்தி மொழி.

அதே நேரத்தில் இந்தி பேசுபவர்களது நிலைமை என்ன? அவர்களுக்கு இந்திதான் தாய்மொழி. அந்தத் தாய்மொழியே அவனுக்கு பாட மொழி-பயிற்று மொழி. அந்தத் தாய்மொழியே அவனுக்குப் பயிற்று மொழியாக வந்துவிட்டால் அவனுக்கு சுலபம். ஒரே மொழி படிக்க வேண்டிய நிலையில் அவன்! தாய்மொழியோடு இரண்டாவது மொழியான இந்தியையும் படிக்க வேண்டியவர்கள் நாம். எனவே அவனுக்குக் கிடைக்கக்கூடிய வாய்ப்புக்கள், வசதிகள் தமிழனுக்கு நிச்சயமாக கிட்டாது.

எனவேதான் இருசாராரையும் சமப்படுத்த இருவருமே கஷ்டப்படட்டும். நீ ஆங்கிலத்தைச் சுமந்து கொள்.

நீ நாங்களும் ஆங்கிலத்தை சுமக்கிறோம், நீ இந்தியையும் படி. ஆங்கிலத்தையும் படி. நாங்கள் தமிழையும் படிக்கிறோம். ஆங்கிலத்தையும் படிக்கிறோம். இருவரும் ஆங்கிலத்தைப் படித்தால் நமக்கு வேலை வாய்ப்புக்கள் சமமாக இருக்கும். எனவே தான் ஆங்கில மொழி இருக்க வேண்டும் என்று நாம் சொல்லுகிறோம். இரண்டாந்தர குடி மக்களாக நாம் ஆகிவிடக் கூடாது என்பதற்காகத்தான் அதைச் சொல்கிறோம்.

அதைப் புரிந்து கொள்ளாமல் நாம் வேண்டுமென்றே இந்தி ஆதிக்கத்தை எதிர்க்கிறோம். ஏதோ தமிழ் இன வெறியை கிளப்புகிறோம் என்று யாராவது எண்ணுவார் களேயானால் அவர்கள் நம்மையும் புரிந்து கொள்ள வில்லை. நமது எதிர்காலச் சந்ததியினரின் வாழ்வைப் பற்றியும் கணிக்கவில்லை என்று தான் பொருள்.

எனவே இந்த நாட்டில் விரைவில் இந்தி ஆதிக்கத்தால் ஏற்பட இருக்கின்ற கொடுமைகளை அகற்றுவதற்கான பாசறைகள் உருவாக வேண்டும். அப்படி உரு வாவதற்கு நாம் தமிழ் உணர்வைப் பெற்றாக வேண்டும். தமிழன் என்கின்ற அந்த உணர்ச்சியைப் பெற்றாக வேண்டும்.

இங்கிருக்கின்ற தமிழன் என்றாலும் அவன் உலகத்திலே எங்கு பரந்து கிடந்தாலும் அந்தத் தமிழன் ஆனாலும் எல்லோரும்

ஓர் இனம் என்கின்ற அந்த உணர்வை நாம் பெற்றிட வேண்டும்.

உலகப் பந்தில் இன்றைக்கு ஏறத்தாழ ஏழு கோடி தமிழர்கள் வாழ்ந்து கொண்டிருக்கிறார்கள். தமிழகத் திலே வாழுகிற நாலரை அல்லது ஐந்து கோடி தமிழர்களை இலங்கையில் 35 லட்சம் தமிழர்கள் வாழுகிறார்கள் மன்னிக்க வேண்டும்; வாழுகிறார்கள் என்று சொல்ல முடியாது; வாடிக் கொண்டிருக்கிறார்கள்.

தமிழர்கள் சிங்கப்பூரிலே இருக்கிறார்கள். சிகாகோவிலே இருக்கிறார்கள். நியூயார்க்கிலே இருக்கிறார்கள். தென்னாப்பிரிக்காவிலே இருக்கிறார்கள்.

ஆனால் அங்கெல்லாம் இருப்பவர்களுக்கு ஏற்படாத இன்னல், கொடுமை, பயங்கரம், இங்கேயிருந்து 20 அல்லது 30 கல் தொலைவிலே உள்ள இலங்கைத் தீவில் ஈழத் தமிழகம் வேண்டுமென்று கேட்கின்ற விடுதலைப் பட்டாளத்திற்கு- அவர்களை வழி நடத்திச் செல்கின்ற தலைவர்களுக்கு - அவர்களால் வழி நடத்தப்படுகின்ற தமிழர்களின் குடும்பங்களுக்கு--நம்முடைய அக்காள்-தங்கை- சகோதரி என்கின்ற தமிழச்சிகளுக்கு கேடுகள் விளைவிக் கப்படுகின்றன.

இப்பொழுது செய்திகள் வராமல் இருக்கலாம்; இருட்டடிப்பு செய்யப்பட்டிருக்கலாம். வந்த செய்திகள்? அதன் காரணமாக நம்முடைய மனம் நொந்த நிலைமை கள் மறக்கக் கூடியவைகளா? மீண்டும் வராது என்று எண்ணக் கூடியவைகளா? இரண்டாயிரத்துக்கு மேற் பட்ட தமிழர்கள் கொல்லப்பட்டார்கள். தமிழர்களின் கடைகள் சூறையாடப்பட்டன. கோடிக்கணக்கான. ரூபாய் கொள்ளை அடிக்கப்பட்டது. இளம் பிஞ்சுகள், மலர்கள், அன்றலர்ந்த பூக்கள் - இவைகள் தூக்கி சாவுப் படுகுழியில் வீசி எறியப்பட்டன.

சிறைச்சாலை ஒரு பாதுகாப்பான இடம் கைதிகளுக்கு! அந்தச் சிறைச் சாலைக்குள்ளேயே சென்று சிங்களவர்கள் தமிழர்களைக் கொன்றார்கள்.

நான் அடிக்கடி கூறுவதைப் போல்-கையில்லாத ஊமைகளாக தமிழகத்தில் உள்ள நாம் இருக்கிறோம்.

ஏதோ பேச்சு வார்த்தை நடத்துவதாக சொல்கிறார் கள். வட்ட மேஜை, பேச்சு வார்த்தை என்றெல்லாம் ஆரம்பித்த போதே நான் தெளிவாகச் சொன்னேன். இவைகள் எல்லாம் காலம் கடத்துகின்ற விவகாரங்கள் என்று சொன்னேன். காலம் கடத்துவது இன்று தெளி வாகப் புரிகிறது.

அங்கே நாடு வேண்டுமென்று கேட்ட தலைவர்கள் எல்லாம் கூட இங்கே வீடு கிடைத்தால் போதும் என்று திருப்தி அடைகிறார்கள். எனவே தமிழினம் உலகத் திலே பல இடங்களில்-குறிப்பாக இலங்கையிலே சீரழிகிறது.

இங்கே தன்னுடைய இன உணர்வைப் பற்றியே சிந்திக்க முடியாமல் தமிழினம் இன்றைக்கு அடக்கம் படுகிறது.

தந்தை பெரியாரும் பேரறிஞர் அண்ணாவும் புரட்சிக் கவிஞர் பாரதிதாசன் போன்றவர்களும் உருவாக்கிய இன உணர்வு, அறிவாற்றல், பகுத்தறிவு ஒளி, இவைகள் எல் லாம் இன்றைக்கு ஐம்பதாண்டு காலத்திற்கு பின்னோக்கி தள்ளப்பட்டு விட்டதோ என்று எண்ணுகின்ற அளவிற்கு நான் வேதனையோடு இருக்கிறேன். அப்படிப் பட்ட ஒரு சூழ்நிலையை மாற்ற இப்படிப்பட்ட முத்தமிழ் விழாக்கள் பயன்பட வேண்டும்.

★★★

9 788199 657526